నిన్ను
నువ్వు
చక్కదిద్దుకో

నిన్ను నువ్వు చక్కదిద్దుకో

చిన్నచిన్న విషయాల మీద ధ్యాస పెట్టండి, మీ జీవితం మారి పోతుంది...ప్రపంచమే మారిపోతుంది

అడ్మిరల్ విలియమ్ హెచ్. మెక్రావెన్

తెలుగు అనువాదం : ఆకెళ్ళ శివ ప్రసాద్

MANJUL
మంజుల్ పబ్లిషింగ్ హౌస్

First published in India by

MANJUL

Manjul Publishing House

Corporate and Editorial Office

• 2nd Floor, Usha Preet Complex, 42 Malviya Nagar, Bhopal 462 003 – India

Sales and Marketing Office

• C-16, Sector 3, Noida, Uttar Pradesh 201301 – India
Website: www.manjulindia.com

Distribution Centres

Ahmedabad, Bengaluru, Bhopal, Kolkata, Chennai, Hyderabad, Mumbai, New Delhi, Pune

Telugu translation of *Make Your Bed: Feel grounded and think positive in 10 simple steps* by *William H. McRaven*

This edition first published in India in 2023
Second impression 2024

ISBN 978-93-5543-186-8

Translated by Akella Sivaprasad

Printed and bound in India by Thomson Press (India) Ltd.

నా ముగ్గురు పిల్లలు – బిల్, జాన్, కెల్లీలకు నా కృతజ్ఞతలు. మీరంటే నేను ఎంత గర్వపడుతున్నానో... బహుశా ఏ తండ్రీ కూడా ఇంతలా భావించడమేమో అంటే అతిశయోక్తి కాదు. మీ ముగ్గురి వల్లే ఈ ప్రపంచం నాకు చాలా అద్భుతంగా అన్పించడం మొదలైంది. ఇక నాకు అతి సన్నిహితురాలు... అత్యుత్తమ స్నేహితురాలూ అయిన నా భార్య జార్జ్ఆన్ కు కూడా నా కృతజ్ఞతలు. ఆమె వల్లనే స్వప్నాలన్నీ సాకారం అయ్యాయి. నువ్వే లేకపోతే... నేను ఎక్కడ ఉండేవాడినో!

విషయ సూచిక

ముందుమాట

2014, మే 17న నాకు ఓ అరుదైన గౌరవం దక్కింది. ఆస్టిన్ లోని యూనివర్సిటీ ఆఫ్ టెక్సాస్ స్నాతకోత్సవంలో ప్రారంభోపన్యాసం చేయాలి. నేను అదే యూనివర్సిటీ విద్యార్థిని అయినా, నా అస్తిత్వానికి మూలం ఆ విద్యాసంస్థే అయినా నేను కొంచెం జంకాను. ఎందుకంటే నేను ఓ సైనికాధికారిని. ఎప్పుడూ యుద్ధభూమిలోనే ఎక్కువ కాలం గడిపిన వాడిని. నా ఉపన్యాసానికి అక్కడి విద్యార్థులు ఎలా ప్రతిస్పందిస్తారో అని నా అనుమానం. కానీ, నా ఉపన్యాసానికి వారు ఇచ్చిన ప్రతిస్పందన చూసి ఆశ్చర్యపోవటం నా వంతు అయ్యింది. వాళ్లు నా మాటలను మనసారా ఆస్వాదించారు, ఆహ్వానించారు. నావికాదళంలోని సీల్ విభాగంలో శిక్షణా తరగతుల్లో నేర్చుకున్న పది పాఠాల ఆధారంగా నేను ఉపన్యాసం ఇచ్చాను. అవి ప్రత్యేక నావికాదళ శిక్షణకి సంబంధించిన పాఠాలు అయినా, మామూలు జీవితంలో కూడా మనం ఎదుర్కొనే సవాళ్ళకు చక్కటి సమాధానాలు వాటిలో ఉన్నాయి. అంటే, వాటికి ఓ సార్వజనీనమైన ఆమోదం లభిస్తుంది. గత మూడేళ్లుగా నన్ను వీధుల్లో ఎక్కడ పడితే అక్కడ గొప్ప వాళ్లు ఆపేవారు. వాళ్ళ కథలు నాకు వినిపించేవారు. వాళ్లు పెద్ద పలుకుబడి గల వ్యక్తులకు ఎలా భయపడకుండా ఉండటం దగ్గర్నుంచీ, జీవితంలో అనుకున్నది

చేయలేకపోవటం, ప్రతిరోజూ పక్క సరిచేసు కోవటం- ఇలా ప్రతి ఒక్క దాంట్లో వాళ్లు ఎలా నెగ్గుకొచ్చారో నాకు చెప్పేవారు. నేను చెప్పిన పది పాఠాలూ నాకు జీవితంలో పైకి రావడానికి ఎలా ఉపయోగపడ్డాయి, ఈ విషయంలో నాకు స్ఫూర్తిగా నిలిచిన వ్యక్తులు ఎవరూ అని తెలుసుకోవడానికి వారు ఆసక్తి చూపేవారు. ఆ విషయాలన్నీ వివరించటానికే ఈ చిన్న పుస్తకం రాశాను. ప్రతీ అధ్యాయంలోనూ ఆ పాఠానికి సంబంధించిన సందర్భం గురించీ, నాకు స్ఫూర్తిగా నిలిచిన క్రమశిక్షణ గల కొంత మంది వ్యక్తుల గురించీ ఉటంకించాను. వారి విజయం వెనుక ఉన్న కఠోర పరిశ్రమ, వారు సాధించిన గౌరవ మర్యాదలు, వారి ధైర్య సాహసాలు అన్నీ ప్రస్తావనకు వస్తాయి ఈ పుస్తకంలో. మీరు ఈ పుస్తకాన్ని ఆస్వాదిస్తారని ఆశిస్తున్నాను.

నిన్ను నువ్వు చక్కదిద్దుకో

మొదటి అధ్యాయం

ఒక పని పూర్తిచేయడంతో రోజుని మొదలుపెట్టండి

మీరు ప్రపంచాన్ని మార్చాలనుకుంటే...

మీ పక్కని సర్దుకోవడంతో మొదలుపెట్టండి.

పసిఫిక్ సముద్రానికి ఓ వంద గజాల దూరంలో కాలిఫోర్నియాలోని కొరొనాడో బీచ్ కి దగ్గర్లో సీల్ ప్రత్యేక శిక్షణా తరగతులు నేర్పే సైనిక శిబిరాలున్నాయి. ఓ మూడంతస్తుల భవనం. ఊరూ పేరు లేని భవనం అది. ఆ భవనంలో ఎయిర్ కండిషన్ సదుపాయం లేదు; రాత్రి పూట, కిటికీలు తెరుచుకుని చూస్తుంటే అలల సవ్వడి విన్పిస్తూ ఉంటుంది. కెరటాలు వచ్చి ఇసుకను తాకిన చప్పుడు కూడా అలవోకగా చెవులకు సోకుతూ ఉంటుంది.

ఆ సైనిక శిబిరంలోని గదులన్నీ మామూలుగా ఉండేవి. ఎలాంటి ప్రత్యేక సౌకర్యాలు లేని ప్రదేశం అది. ఆఫీసర్ గదులు కూడా అవే. నేను మరో ముగ్గురు అధికారులతో కలిసి ఉండేవాణ్ణి. నాలుగు పడకలుండేవి. యూనిఫాంలు వేళ్లాడదీయటానికి ఓ చిలక్కొయ్య ఉండేది. ఇంకేం లేవు. ఆ రోజుల్లో ఉదయాన్నే నేను నా నేవీ రాక్ లోంచి బయటకొచ్చి నా పక్క సరిచేసుకునే ప్రయత్నంలో పడేవాణ్ణి. రోజు ప్రారంభించటానికి అదే నా మొదటి పని. నా దిన చర్య దానితోనే మొదలు అయ్యేది. రోజంతా. యూనిఫామ్ తనిఖీ చేయటం, ఎక్కువ సేపు ఈత ఈదటంలో గడపటం, పరుగులు తియ్యటం, కొన్ని కొన్ని గతి నిరోధాల మీద నుంచి దూకటం, సీల్ శిక్షణాధికారుల దగ్గర్నుంచి ఒకటే వేధింపులు. వీటితో రోజంతా గడిచేది.

మా తరగతి నాయకుడి స్వరం పెద్దగా వినపడేది. “అందరూ సావధానంగా వినండి..” ఆయన పేరు – లెఫ్టినెంట్ జూనియర్ గ్రేడ్

డేనియల్ స్టెవార్డ్. ఆయన మా గదిలోకి ప్రవేశించేవాడు. పడకల మొదట్లో నిలబడి పాదాలు దగ్గరకి చేర్చి, సైనికాధికారి నా దగ్గరకి వచ్చేటప్పటికి స్టిఫ్ గా వందనం ఆచరించేవాణ్ణి. ఆయన ముఖం నిర్జీవంగా ఎటువంటి భావాలు లేకుండా ఉండేది. ఆయన నా దగ్గరకి వచ్చి నా గ్రీన్ యూనిఫామ్ టోపీకి తగినంత గంజి పెట్టానో లేదో తనిఖీ చేయడంతో మొదలు పెట్టేవాడు. ఎందుకంటే ఆ టోపీకి అష్టభుజాల్లాగా ఎనిమిది దిక్కులా సరిగ్గా తళతళా మెరుస్తూ ఉండేలా చూడాలి. ఎనిమిదీ స్పష్టంగా కనబడుతూ ఉండాలి.

నన్ను. నా యూనిఫామునీ ఆయన నఖశిఖ పర్యంతం పరీక్షించేవాడు. నా బ్లౌజుకీ, ట్రౌజర్స్ కీ ఉన్న క్రాజ్ లు సరిగ్గా, పద్ధతిగా ఉన్నాయా లేదా అని ఆయన పరీక్షగా చూసేవాడు. నా బెల్ట్ మీద ఉన్న బ్రాస్ బిళ్ళ అద్దంలా తళతళా మెరుస్తోందా? ఇది కూడా ఆయన తనిఖీలో భాగమే. నా బూట్లు చక్కగా పాలిష్ చేసి ఉన్నాయా? ఉంటే, వాటిల్లో ఆయన వేళ్ళు కనబడేంత స్పష్టంగా అద్దంలా మెరుస్తున్నాయా అని గమనించేవాడు. ఓ సీల్ శిక్షణాధికారి ప్రమాణాలకు తగ్గట్టుగా నేను ఉన్నాను అని ఆయన సంతృప్తి చెందిన తర్వాత నా పడకను తనిఖీ చేయటానికి ఉపక్రమించేవాడు.

నా గదిలాగే, పడక కూడా చాలా సాదాసీదాగా ఉండేది. ఓ స్టీల్ ఫ్రేమూ, ఓ దిండూ ఉండేవి. దిండు మీద ఓ షీట్ తో కప్పబడి ఉండేది. దిండు క్రింద బూడిద రంగు ఉన్న దుప్పటి ఒకటి శుభ్రంగా మడత పెట్టబడి కన్పించేది. దాని వల్ల సాండియాగోలో సాయంత్రాలు ఉండే శీతల గాలుల నుంచీ రక్షణ దొరికి, వెచ్చగా ఉండేవాళ్ళం.

పడకకి పాదాల దగ్గర ఇంకో దుప్పటి ఉండేది. చక్కగా మడతలు పెట్టబడి దీర్ఘ చతురస్రాకారంలో అమర్చబడి ఉండేది ఆ రెండో దుప్పటి. ఒకటే దిండు. లైట్ హౌస్ ఫర్ ది బ్లైండ్. అనే సంస్థ వారి చేత తయారు చేయబడింది అది. పడకకి పైభాగంలో మధ్యలో అమర్చి ఉండేది. క్రింద

ఉన్న దుప్పటికీ దానికీ మధ్య కొలిస్తే సరిగ్గా తొంభై డిగ్రీల లంబకోణంలా నిటారుగా ఉండేది. ఇవీ మా ప్రపంచం. దీనిలో ఏ మాత్రం లోపం కన్పించినా, నాకు దండన తప్పదు. తీరంలో వెళ్ళి "అలలను గుద్దుకోవాలి". బీచ్ చుట్టూ పొర్లాడాలి . పాదం నుంచి తల వరకూ ఆ పాద మస్తకం చల్లటి ఇసుకతో నిండిపోవాలి. ఇదీ శిక్ష. మాకు దీనికి 'సుగర్ కుకీ' అని అందమైన ముద్దు పేరు .

నేను చలనం లేకుండా మా శిక్షకుడి వైపు నా కనుకొలకుల నుంచి చూసే వాడిని. అతను విసుగ్గా, అలసిపోయిన చూపులతో నా పడకకేసి చూసేవాడు. అతను దగ్గరగా వచ్చి, పడకల చివరిభాగాలు సరిగ్గా మడతపెట్టబడి ఉన్నాయా లేదా గమనించేవాడు. దుప్పటి ఎలా ఉందో గమనించేవాడు. దుప్పటీ, దిండు సరిగ్గా అమర్చిఉన్నాయో లేదో తనిఖీ చేసేవాడు. తర్వాత జేబులలోకి చేయిపోనిచ్చి, క్వార్టల్ బయటకు తీసి, అనేక సార్లు గాలిలో తిప్పేవాడు. అంటే, నాకు చివరి పరీక్ష దగ్గర పడిందని దానర్థం. చివరిసారిగా ఎగరేసినప్పుడు, గాలిలో పైకి ఎత్తుకి ఎగిరి పరుపు మీద పడేది అది . కొంచెం పైకి ఎగిరేది. పడకకి కొన్ని అంగుళాల దూరంలో ఎగిరేది. దాన్ని ఆయన చేతిలోకి తీసుకునేవాడు.

ఆ తర్వాత ఆయన గిరుక్కున వెనక్కి తిరిగి నా కళ్ళల్లోకి చూసి, తలాడించేవాడు. ఒక్క మాట కూడా మాట్లాడేవాడు కాదు. నా పక్క నేను సరిగ్గా ఉంచుకోవటం అనే దాని వల్ల నాకు ఏమీ పొగడ్తలూ/ప్రశంసలూ దక్కవు . అలా ఉంచటం నా బాధ్యత/విధి/ధర్మం. నా దినచర్యలో మొదటి పని అదే. దాన్ని సరిగ్గా చేయటం అనేది నాకు చాలా ముఖ్యం. దానిని బట్టే నేను ఎంత క్రమశిక్షణతో ఉన్నానో అర్థమయ్యేది. అన్ని విషయాలూ నేను జాగ్రత్తగా పట్టించుకుని, ఆచరణలో పెడతానని పై అధికారులకి తెలిసేది దానివల్లే. నేను నా పనులు సరిగ్గా చేస్తున్నాను అని చెప్పడానికి అది ఓ ప్రతీక/సంకేతం. కానీ నాకు మాత్రం అది గర్వ పడే విషయమే. చాలా చిన్న విషయమే అయినప్పటికీ. నాకు మాత్రం చాలా ముఖ్యం అది.

నావికా దళంలో నేను ఉన్నంత కాలమూ నేను, నా పక్కను సరిగ్గా సర్దుకోవటం, ఉంచుకోవటం విషయంలో ఏ మాత్రం రాజీ పడే వాణ్ణి కాదు. ఎలాంటి అలసత్వమూ/నిర్లక్ష్యమూ లేకుండా జాగ్రత్త పడేవాడిని. ప్రతిరోజు నిక్కచ్చిగా చేసేవాడిని. అమెరికా గ్రే బ్లాక్స్ అనే జలాంతర్గామి లో ఓ కుర్ర సీల్ నావికాదళాధికారిగా నన్ను సిక్ బే లో పోస్టు చేశారు. అక్కడ పడకలు చాలా ఎత్తులో ఉండేవి. దానికి ఇన్ ఛార్జుగా ఓ వెర్రి డాక్టర్ ఉండేవాడు. నా వ్యాన్ ను ప్రతిరోజూ శుభ్రం చేయాలని ఆదేశించేవాడు ఆయన. పడకలు సరిగ్గా లేకపోతే, రూమ్ శుభ్రంగా లేకపోతే నావికులకు సరైన వైద్య సౌకర్యాలు ఎలా దొరుకుతాయి అని ఆయన ప్రశ్నించేవాడు. ఆ తర్వాత నాకు తెలిసి వచ్చింది, ఈ పరిశుభ్రత, క్రమశిక్షణ అనేవి సైనికదళాల్లో ప్రతీ క్షణమూ ప్రతీ అంగుళమూ పాటించాల్సినవే అని –

ముప్పై ఏళ్ళ తర్వాత న్యూయార్క్ నగరంలోని రెండు సౌధాలను (Twin Towers) టెర్రరిస్టులు కూల్చేశారు . అమెరికా రక్షణశాఖకి ఇది కోలుకోలేని దెబ్బ. పెన్సిల్వేనియాలో జరిగిన విమాన ప్రమాదంలో ధైర్య సాహసాలున్న అమెరికన్లు చనిపోయారు.

ఈ దాడులు జరిగిన సమయంలో గాయపడి, నా ఇంట్లో కోలుకుంటున్నాను. విశ్రాంతి తీసుకుంటున్నా. నా ఇంటికి ఓ హాస్పిటల్ బెడ్ పడకని వీల్ ఛైర్ లో పంపించారు. నేను ఎక్కువ భాగం ఆ పడక మీదే పడుకుని ఉండేవాణ్ణి. నాక్కూడా దాని మీద 24 గంటలూ పడుకోవాలని ఏంలేదు. వీలైనంత త్వరగా కోలుకుని పైకి లేచి నడవాలని ఉండేది. ప్రతి సీల్ అధికారిలాగే నేను కూడా నా తోటి యోధులతో కలిసి యుద్ధంలో పాల్గొనాలని ఉవ్విళ్లూరే వాడిని .

నా అంతట నేను నెమ్మదిగా పడక మీద నుంచి లేచి తిరగ గలిగేంతగా కోలుకున్న సందర్భం వచ్చింది. అప్పుడు నేను పక్క బట్టలు సర్దటం మొదట చేసిన పని. దిండును చక్కగా సర్దాను . ఆ హాస్పిటల్ పడక చక్కగా

కంటికింపుగా ఉండేలా కనిపించేందుకు ప్రయత్నించాను. నేను నా గాయాల నుంచి పూర్తిగా బయటపడ్డానని బయట ప్రపంచానికి తెలియజేయటమే నా ఉద్దేశ్యం . జీవితంలో నేను ముందుకు సాగటం నా ముందున్న లక్ష్యం –

సెప్టెంబర్ 11 (9/11) జరిగి నాలుగు వారాలు కాకుండానే నన్ను వైట్ హౌస్ కి బదిలీ చేశారు. ఆ తర్వాత రెండేళ్లూ కొత్తగా సృష్టించబడిన ఉగ్రవాద వ్యతిరేక కార్యాలయంలో గడిపాను . అక్టోబర్/2003 లో నేను ఇరాక్ లో ఉన్నాను. బాగ్దాద్ లో తాత్కాలికంగా ఏర్పాటు చేసిన స్థానిక సైనిక శిబిరంలో ఉన్నాను . ఎయిర్ ఫీల్డ్ లో నెలకొల్పారు దానిని. మొదటి కొన్ని నెలలూ నేను సైనిక మంచాల మీద పడుకునే వాణ్ణి . అయినా ప్రతి రోజూ నేను ఉదయాన్నే లేచేవాణ్ణి. నా స్లీపింగ్ బ్యాగ్ ని చక్కగా మడత పెట్టుకునే వాణ్ణి. మంచం పై భాగంలో దిండును భద్రంగా అమర్చేవాణ్ణి . మిగతా పనులకు ఉపక్రమించేవాడిని –

డిసెంబర్/2003 లో అమెరికా సైనిక బలగాలు సద్దాం హుస్సేన్ను పట్టుకున్నాయి. అతన్ని ఓ చిన్న గదిలో బంధించారు. అతను కూడా సైనికాధికారుల పడకలమీదే శయనించేవాడు. అయితే వాటి మీద పక్క బట్టలూ, దుప్పట్లూ ఉండేవి. రోజుకి ఒకసారైనా సద్దాంను నేను చూడటానికి వెళ్లే వాడిని. అతడిని మా సైనికులు సరిగ్గా పట్టించుకుంటున్నారా లేదా అని గమనించటం నా బాధ్యత. నేను ఓ విషయం గమనించి ఒకింత ఆశ్చర్యానికి గురి అయ్యాను... సద్దాంకి తన పక్కను సరిగ్గా సద్దుకునే అలవాటు లేదు. పక్కమీద బట్టలన్నీ ముడతలు పడి ఉన్నాయి. అతనికి ఆ విషయంలో పట్టింపే ఉన్నట్టు కనబడలేదు.

ఆ తర్వాతి 10 సంవత్సరాలలో, కొంత మంది అద్భుతమైన వ్యక్తులతో పనిచేసే అరుదైన గౌరవం దక్కింది నాకు . మా జాతి గర్వించదగ్గ సైనికాధికారులూ, ప్రైవేటు వ్యక్తులు, అడ్మిరల్స్, కొత్తగా చేరే నావికులు, రాయబారులు, క్లర్కులూ, టైపిస్టులు. ఇలాంటి వాళ్లందరూ వాళ్లల్లో

ఉన్నారు . యుద్ధం సందర్భంగా వేరే దేశాల్లో ఉద్యోగరీత్యా నియమించబడ్డ అమెరికన్లు చాలా ఆనందంగా, స్వచ్ఛందంగా ముందుకు వచ్చారు పని చేయడానికి. ఎన్నో త్యాగాలకు, కష్ట నష్టాలకోర్చి, ఈ గొప్ప దేశం కోసం వారు రక్షించటానికి నడుం కట్టారు.

వారందరికీ ఒక విషయం స్పష్టంగా అర్థం అయ్యింది. జీవితం పూల పాన్పు కాదు. ఇంకా చెప్పాలంటే అది ఓ ముళ్ళ బాట. ఒక్కోసారి మనం చేయడానికి ఏమీ ఉండదు. ఏం చేసినా జరగబోయేదాన్ని మార్చలేము. యుద్ధంలో అనేక మంది సైనికులు అసువులు కోల్పోతారు. వారి కోసం వారి కుటుంబాలు కన్నీరు మున్నీరుగా విలపిస్తాయి. రోజులు భారంగా గడుస్తాయి. చాలా ఆందోళన నిండిన క్షణాలతో నిండి ఉంటాయి. మీరు ఏదో ఒక దాని కోసం వెతుకుతారు. ఒక ఉపశమనం కోసం, ఓ స్ఫూర్తి కోసం తహతహలాడుతారు. మళ్ళీ జీవితాన్ని మొదలుపెట్టాలంటే ఏం కావాలో వెతుకుతూ ఉంటారు . ఈ నీచ ప్రపంచంలో, ఈ దౌర్భాగ్య సమాజంలో గర్వంగా తలెత్తుకు తిరగటం ఎలా అన్నది మీరు వెతుక్కుంటారు. కానీ.. అది యుద్ధమో, పోరాటమో కాదు. మన దైనందిన జీవితమే ఒక పద్ధతిలో సాగాలి. మన నమ్మకానికీ, విశ్వాసానికీ తిరుగులేదు. దానికి ప్రత్యామ్నాయం లేదు. కానీ ఒక్కోసారి పక్క సర్దుకోవటం అనే అత్యల్ప విషయం కూడా మిమ్మల్ని ఎక్కడికో తీసుకెళ్ళవచ్చు. మీలో స్ఫూర్తి జ్వాలలు రగిలించవచ్చు. మీక్కావల్సిన సంతృప్తిని కూడా కలిగించవచ్చు .

కాబట్టి, మీ జీవితాన్ని మార్చుకోవాలంటే ముందు మీ పక్క మార్చుకోండి!

రెండో అధ్యాయం

ఒంటరి పోరు సరిపోదు

ప్రపంచాన్ని మార్చాలంటే –

ఎవరినైనా వెంట తీసుకువెళ్ళండి.

సీల్ నావికా దళంలో కలిసి పని చేయటం వల్ల బృందంగా కలిసి పని చేయటం అంటే ఏమిటో నాకు తెలిసి వచ్చింది. కొన్ని కష్టమైన పనులు సాధించాలంటే అది చాలా అవసరం అని నాకు అర్థమైంది. నావికాదళంలో మాలో చేరిన "చిరుకప్పలు", గోదురు కప్పలుగా ఎదగటానికి పది అడుగుల రబ్బర్ తో చేసిన తెప్ప ఉపయోగపడింది –

సీల్ శిక్షణా కాలంలో మేం ఎక్కడికి వెళ్లినా ఆ రబ్బర్ తెప్పను మోసుకుని వెళ్లేవాళ్లం. వెళ్లాల్సివచ్చేది అనడం సబబు.

దాన్ని మా నెత్తి మీద పెట్టుకుని సైనిక శిబిరాల నుంచీ. హైవే మీద పరుగెత్తుకుంటూ వెళ్లేవారం. అలా (మెస్)భోజనశాల వరకూ మోసుకు వెళ్లేవాళ్ళం. దాన్ని కొంచెం నేలబారు స్థాయిలో మోసుకు వెళ్లే వాళ్ళం. కొరొనాడో తీరంలో ఇసుక తిన్నెల మీద నుంచీ వెళ్లేటప్పుడు ఆ ఎగుడు దిగుడు తలాల మీద పరుగులెత్తేటప్పుడు మరీ ఎక్కువ ఎత్తులో ఆ తెప్పను మోసుకు వెళ్ళటం కష్టం అని అలా చేసే వాళ్ళం. పడవనీ, అదే తెప్పనీ ఉత్తరం వైపు నుంచీ దక్షిణానికి, తీరం వెంబడి తొక్కుకుంటూ వెళ్ళే వాళ్ళం. మొత్తం ఏడుగురు ఉండే వాళ్ళం. అలల తాకిడికి ఏర్పడిన నురుగు లోంచి అలా దూసుకుంటూ మా పడవ సాగిపోయేది. ఓ రబ్బర్ బోట్ ని, పడవని గమ్యస్థానం చేర్చడానికి మా ప్రయాస అది.

కానీ ఆ తెప్పమీద ప్రయాణంలో మాకు, ఓ కొత్త విషయం నేర్చుకునే అవకాశం కలిగింది. ఎప్పుడైనా మా బృందంలో ఎవరైనా గాయపడినా,

ఒంట్లో బాగుండక పోయినా పూర్తిగా తమ సామర్థ్యం ఉపయోగించి తెప్ప నడపలేకపోయేవారు. నేను కూడా, రోగులతో శిక్షణలో పాల్గొని ఉండటం వల్ల ఒక్కోసారి అలిసిపోయే వాణ్ణి. లేదా చలీ జ్వరం, జలుబు లాంటి వాటితో అప్పుడప్పుడు కొంచెం ఇబ్బంది పడేవాడిని. ఆ రోజుల్లో బృందంలో మిగతా సభ్యులు భారం తమ నెత్తికి ఎత్తుకునేవారు. వాళ్ళు మరింత కష్టపడి తెప్పను నడిపేవారు. శక్తియుక్తులన్నీ కూడగట్టుకుని మరీ తొక్కేవారు. ఇంకా లోతుగా వెళ్లేవాళ్ళు. నా కోసం వాళ్ళకని కేటాయించిన ఆహార పదార్థాలు, రేషన్ ఇచ్చేవారు. అలాగే, నేను కోలుకుని వాళ్లకు ఏదైనా అవసరం వస్తే నేను అలాగే సాయం చేసేవాడిని. ఆ చిన్న రబ్బర్ పడవ వల్ల మాకు తెలిసిన విషయం – శిక్షణ అనేది ఒక్కరి వల్ల అబ్బేది కాదు, అది ఓ సామూహిక ప్రక్రియ. సాంఘిక కార్యక్రమం లాంటిది. ఏ సీల్ శిక్షణ కూడా కేవలం పోరాటం అనేది నేర్చుకుంటే పరిపూర్ణం కాదు. మీకు తోటి వారి సాయం కావాలి. అప్పుడే దానికి ఓ పరిపూర్ణత సిద్ధిస్తుంది–

పాతికేళ్ల తర్వాత పశ్చిమ తీరంలో అన్ని సీల్ దళాలకు నేనే అధిపతిగా వ్యవహరించిన కాలంలో నాకు మనిషి అవసరం ఎంత ముఖ్యమో తెలిసి వచ్చింది. అంత బాగా తెలుస్తుందని నేనూ భావించలేదు.

నేను నేవల్ స్పెషల్ వార్ ఫేర్ గ్రూప్ వన్ కి కమాండర్ స్థాయిలో కొరొనాడోలో పని చేశాను. నేవీ కెప్టెన్ గా ప్రపంచవ్యాప్తంగా కొన్ని దశాబ్దాలు సీల్ సమూహాలకు నాయకత్వం వహించాను. ఓ రోజు కొంచెం పరిస్థితులు వక్రించినప్పుడు నేను పారాచూట్ లోంచి దిగేందుకు వెళ్ళాను..

మేం C.130 హెర్క్యులస్ విమానంలో భూమికి 12,000 అడుగుల ఎత్తులో ప్రయాణిస్తున్నాం. అక్కడ్నించి మేం క్రిందకి దూకాలి . విమానం వెనుక భాగంలో నుంచి చూస్తే అందమైన కాలిఫోర్నియా పగటి

పూట ఎలా ఉంటుందో కన్పిస్తోంది. ఆకాశంలో కనీసం ఒక మబ్బు కూడా లేదు. అంతా స్వచ్ఛంగా ఉంది. పసిఫిక్ మహా సముద్రం ప్రశాంతంగా, గంభీరంగా ఉంది. మేం ఉన్న ఎత్తు నుంచి చూస్తే కొన్ని మైళ్ల దూరంలో మెక్సికో సరిహద్దు కన్పిస్తోంది.

ఇంతలో జంప్ మాస్టర్ పెద్దగా అరిచాడు– "సిద్ధంగా ఉండండి" నేను ర్యాంప్ చివరికి వచ్చేశాను. అక్కడ్నించి నాకు నేల కన్పిస్తోంది. జంప్ మాస్టర్ నా కళ్ళల్లోకి చూస్తూ చిర్నవ్వు నవ్వుతూ అరిచాడు. "వెళ్ళండి.. వెళ్ళండి..వెళ్ళండి.." నేను విమానంలోంచి బయటకు దూకాను. చేతులు పూర్తిగా గాల్లో చాచాను. కాళ్లు వెనక్కి పెట్టి తేలుతున్నాను. విమానంలోంచి బయటకు వదిలిన గాలి వల్ల నేను అలా పల్టీలు కొడుతూ ముందుకు సాగాను. నెమ్మదిగా ఒక స్థాయిలో స్థిరంగా దిగుతూ.

వెంటెనే నేను నా ఆల్టీమీటర్ ను చెక్ చేసుకున్నాను. నేను గిరికీలు కొట్టటం లేదు అని నిర్ధారించుకున్న తర్వాత, చుట్టూ చూశాను. నాకు దగ్గర్లో మరో జంపర్ ఎవ్వరూ లేరు అని నిర్ధారించుకోవడానికి. ఇరవై సెకండ్ల తర్వాత నేను 5,500 అడుగుల ఎత్తులోకి దిగాను.

ఉన్నట్టుండి, నేను క్రిందికి చూస్తే నా క్రింద మరో జంపర్ ఉన్నాడు. నేను నేలకి దిగే మార్గంలో అతను అడ్డంగా ఉన్నాడు. అతను అతని రిప్ కార్డ్ బయటకు లాగాడు. అతని వెనుక నుంచి ప్రధాన ప్యారచూట్, పైలట్ ప్యారచూట్ నుంచి ముందుకు రావడం గమనించాను. వెంటనే నేను నా చేతులు పక్కకి గట్టిగా తిప్పాను. దాని వల్ల నా తల భూమి వైపుకు తిరిగింది. నా మీదకు వస్తున్న చిన్న ప్యారచూట్ నుంచి తప్పించుకోవాలన్నదే నా ప్రయత్నం . కానీ, అప్పటికే జరగాల్సిన ఆలస్యం జరిగిపోయింది.

తోటి జంపర్ పారాచ్యూట్ నా ముందుకి వచ్చి ఎయిర్ బ్యాగ్ లాగా తెరుచుకోవటం, గంటకు 120 మైళ్ళ వేగంతో వచ్చి నన్ను ఢీ కొట్టింది.

నేను ప్రధాన క్యానోపీ లోంచి బయటకు వచ్చి పడ్డాను. నేను పూర్తిగా నియంత్రణ కోల్పోయాను. కొన్ని సెకండ్ల పాటు నేను తలక్రిందులుగా ఉండిపోయాను. మామూలుగా అవడానికి ప్రయత్నిస్తున్నాను. నా ఆల్టీమీటర్ కన్పడట్లేదు. ఎంత ఎత్తులోంచి పడ్డానో తెలీట్లేదు –

అప్రయత్నంగా నేను నా రిప్ కార్డ్ కోసం వెతికాను. బయటకు లాగాను. ప్రధాన ప్యారచూట్ నుంచి, పైలట్ చూట్ వేరు పడిపోయింది. కానీ, నా కాళ్ళకు చుట్టుకుపోయింది. నేను నేల మీదకు పడిపోతూనే ఉన్నాను. నేను దాన్నుంచి తప్పించుకోవడానికి ప్రయత్నిస్తున్నా. కానీ పరిస్థితి మరీ అధ్వాన్నంగా తయారైంది. ప్రధాన ప్యారచూట్ పాక్షికంగా కదుల్తోంది. కానీ అలా చేయడంలో నా కాళ్లకు చుట్టుకుపోయింది.

నా మెడను ఆకాశం వైపు కొంగలా బయటకు లాగే ప్రయత్నం చేశాను. నా రెండు కాళ్లూ రెండు రైజర్స్ చేత బంధించబడి ఉన్నాయి. రైజర్స్ అంటే, ప్రధాన ప్యారచూట్ ని నా వీపు భాగానికి అనుసంధించే నైలాన్ త్రాళ్ళు. ఒక రైజర్ ఒక కాలుకి చుట్టుకుని పోయింది. ఇంకో రైజర్ ఇంకో కాలికి చుట్టుకుని ఉంది. ప్రధాన ప్యారచూట్ వీపు వెనుక నుంచి విడిపోయింది. ఇంకా వీపు మీద పడి వేళ్లాడుతుంది.

ఆ కబంధ బంధాల నుంచి నేను విడిపించుకోవాలని విశ్వప్రయత్నం చేస్తున్నాను. ఉన్నట్టుండి నా శరీరం భారం ఎవరో మోస్తున్నట్టు అన్పించింది. నెమ్మదిగా నా కాళ్ళ వైపు చూస్తే తర్వాత ఏం జరుగబోతోందో నాకు అర్థం అయిపోయింది.

కొన్ని సెకండ్ల లోపే క్యానోపీ గాలితో నిండిపోయింది. నా కాళ్ళకు చుట్టుకున్న రైజర్స్ రెండూ ధడేలున చెరో వైపుకీ లాగేశాయి. దాంతో నా కాళ్లు కూడా ఎడంగా అయిపోవడం మొదలు పెట్టాయి. ఉన్నట్టుండి నా మొల భాగం వేరుగా అయిపోతోంది. నా దేహంలోని క్రింది భాగాలు

చీల్చినట్లు అయ్యింది. ప్రధాన దేహానికీ, మొల భాగానికీ అనుసంధానంగా ఉండే వెయ్యి కండరాలు చిట్లిపోతున్న భావన –

అప్పుడు నేను పెట్టిన పొలికేక. నా నోరు చీల్చుకుని వచ్చిందది. మెక్సికో వరకూ విన్పించి ఉంటుంది. శరీరమంతా ఒకటే నొప్పి. బాధతో మెలికలు తిరిగిపోతున్నాను నేను. నా మొల భాగం వైపూ, తల వైపు నొప్పి క్షణాల మీద దావానలంలా వ్యాపించసాగింది. దేహంపై భాగంలో కండరాలన్నీ జివ్వున లాగేస్తున్నాయి. దానివల్ల కాళ్లూ చేతుల్లో బాధ, నొప్పి మరీ ఎక్కువయ్యాయి. నేను ఎంత పెద్దగా అరుస్తున్నానో, బాధతో వెర్రికేకలు వేస్తున్నానో నాకే తెలుస్తోంది ఇప్పుడు. వాటిని నియంత్రించేందుకు ప్రయత్నిస్తున్నాను. కానీ, బాధ మరీ తీవ్రంగా ఉంది –

నా తల ఇంకా క్రిందికే ఉంది. వేగంగా క్రిందకు పడిపోతున్నాన్నేను. కొంచెం నిటారుగా ఉండేందుకు ప్రయత్నించాను. దాని వల్ల నా మొల భాగం మీద, వీపు మీద కొంచెం ఒత్తిడి తగ్గినట్లనిపించింది.

1500 అడుగులు ఎత్తులోకి వచ్చాం ప్యారచూట్ తెరుచుకునే సమయానికి. నేను నాల్గువేల అడుగుల వరకూ క్రిందికి వచ్చేశాను. మంచి వార్త ఏంటంటే, నా నెత్తి మీద క్యానోపీ పూర్తి రక్షణగా ఇంకా ఉంది. విచారించాల్సిన విషయం: ప్యారాచూట్ తెరుచుకోవటం వల్ల నా శరీరం ఛిన్నాభిన్నం అయిపోయింది.

నేను డ్రాప్ జోన్ కి రెండు మైళ్ల దూరంలో నేల మీద పడ్డాను. కొన్ని నిమిషాల లోపే డ్రాప్ జోన్ సిబ్బంది అంబులెన్స్ తో సహా అక్కడికి చేరుకున్నారు. సాండియాగోలోని అత్యవసర వైద్య కేంద్రానికి నన్నుహుటాహుటిన తరలించారు. రెండో రోజుకల్లా నాకు సర్జరీ అయిపోయింది. ఈ ప్రమాదంలో నా కటివలయం (గజ్జల్లో) అయిదు అంగుళాల మేర చిట్లి పోయినా కడుపులోని కండరాలు కటి వలయ

ఎముకల నుంచి విడివడిపోయాయి. వీపు భాగంలోని కండరాలూ, కాళ్ళల్లోని కండరాలూ షాక్ వల్ల బాగా దెబ్బతినిపోయాయి. నా కటి వలయం ప్రాంతంలో పెద్ద టైటానియం ప్లేట్ అమర్చారు వైద్యులు. దానికి ఊతంగా ఉండేందుకు నా వెనుక వైపున ఓ పెద్ద స్క్రూని డ్రిల్లింగ్ చేసి దించారు . అందువల్ల ఈ ప్లేట్ స్థిరంగా నిలబడగలుగుతుంది.

దీంతో నా జీవితం ముగింపుకి వచ్చినట్లే అన్పించింది. సీల్ సమర్థుడైన సైనికుడిగా పని చేయాలంటే శారీరక దార్ఢ్యం తప్పనిసరి. నేను తిరిగి కోలుకోవడానికి కొన్ని నెలలు పట్టేట్లు ఉంది. లేదా సంవత్సరాలు కూడా పట్టవచ్చు. మళ్లీ దాన్ని నిర్ధారించడానికి మా నావికాదళం వారు తిరిగి శారీరక సామర్థ్యానికి సంబంధించిన చాలా పరీక్షలు చేయాల్సి ఉంటుంది. అప్పుడే నన్ను తిరిగి విధుల్లోకి తీసుకో గలుగుతారు. ఒక వారం తర్వాత నన్ను హాస్పిటల్ నుంచి డిశ్చార్జి చేశారు. కానీ ఇంటి దగ్గర నేను రెండు నెలల వరకూ ఇంట్లో పడక మీదే పరిమితం అయ్యాను.

నా జీవితంలో ఎల్లప్పుడూ నేను అజేయుణ్ణి అనే భావనలో ఉండేవాణ్ణి. నాలో సహజంగా ఉన్న క్రీడాకారుడి దేహదారుఢ్యం వల్ల ఎటువంటి కష్ట నష్టాలకైనా ఓర్చుకోగలననీ, కఠిన పరిస్థితుల నుంచి కూడా సులువుగా బైట పడగలననీ నేను భావించాను. ఈ క్షణం దాకా అలాగే అనుకున్నాను. అది నిజమే కూడా, ఈ క్షణం వరకూ. నేను నావికాదళంలో పని చేసిన కాలంలో ప్రాణాంతకమైన పరిస్థితుల్ని ఎన్నింటినో ఎదుర్కోవటం, ఉన్నట్టుండి విమానం ఎక్కడైనా దిగాల్సి రావటం, ఆయిల్ రిగ్ లో నుంచి కొన్ని వందల ఎత్తు నుంచి క్రింద పడటం మునిగిపోతున్న నావలో క్రింద ఇరుక్కుపోవటం, ఉన్నట్టుండి ఏదైనా పేలుడు పదార్థం పేలిపోయినప్పుడు అక్కడ ఉండటం తటస్థించటం, ఇంకా, ఇలాంటివి ఎన్నో... ఎన్నో... లిప్తపాటులో జరిగినవి. ప్రాణానికీ, మరణానికీ మధ్య ఊగిసలాడిన

సంఘటనలవి. ప్రతిసారీ సరైన నిర్ణయం తీసుకోవటం ద్వారా నేను తప్పించుకోగలిగాను. ప్రాణాలతో బయటపడ్డాను అనడం సబబు ఏమో! . ప్రతీసారీ నేను బయట పడటమే కాకుండా, శారీరకంగా మరింత దృఢంగా తయార్త్రె ఇంకా గట్టి సవాళ్ళు జీవితంలో ఎదుర్కోవటానికి సిద్ధం అయ్యేవాడిని. కానీ, ఈసారి అలా కాదు –

ప్రస్తుతం బెడ్ మీద పడుకుని ఉన్నాను. నా మీద నాకే జాలి వేస్తోంది. కానీ ఎక్కువ కాలం ఆ అవసరం ఉండదు. నా భార్య జార్జ్ ఆన్ కి నర్సుగా డ్యూటీలు ఇచ్చారు నా దగ్గరే. ఆమె నా గాయాలన్నింటినీ శుభ్రం చేసి, ప్రతి రోజు చేయాల్సిన ఇంజెక్షన్లు అవీ చేసేది. నా బెడ్ ప్యాన్ కూడా మార్చేది. అన్నింటికన్నా ముఖ్యం, ఆమె నాకు నేను ఎవరో అనుక్షణం గుర్తుచేస్తూ ఉండేది. నేను ఎప్పుడూ జీవితంలో దేనినీ వదులుకోలేదు. ఆశను అస్సలు వదులుకోలేదు. ఇప్పుడు కూడా అలా వదులుకోవాల్సిన అవసరంలేదని ఆవిడ నాకు హామీ ఇచ్చింది.

నా మీద నేను జాలి పడటం, జరిగింది తల్చుకుని కుమిలిపోవటం లాంటివి చేయకూడదని ఆవిడ వారించేది. ఒకరకంగా ఆవిడది బలమైన ప్రేమబంధం. నాక్కావల్సింది అదే. రోజులు గడిచేకొద్దీ నా పరిస్థితి మెరుగు అవటం ప్రారంభించింది.

నా మిత్రులు చాలా మంది కోలుకుంటున్న నన్ను చూడటానికి వచ్చారు. ఎప్పుడూ వచ్చి ఏదో ఒకటి మాట్లాడుతూ ఉండేవారు. వారికి తోచిన సాయం చేసేవారు. నా పై అధికారి, బాస్ అడ్మిరల్ ఎరిక్ ఓల్సన్ నాకు మళ్ళీ వైద్య పరీక్షలు చేయటానికి తగిన నిబంధనలు ఏవి ఉన్నాయో వెతికి మరీ పట్టుకున్నాడు. దాని వల్ల నేను సీల్ లో కొనసాగడానికి తగిన శారీరక సామర్థ్యం నాకు ఉందని నిర్ధారించే పరీక్షలు చేసే అవకాశం కలిగింది. ఆయన నాకు వెన్నుదన్నుగా నిలవటం వల్లే నా ఉద్యోగ జీవితంలో తిరిగి నిలదొక్కుకోగలిగాను.

నేను సీల్ వారి బృందాల్లో సభ్యుడిగా పనిచేస్తున్నప్పుడు ఎన్నో ఒడిదుడుకులను ఎదుర్కొన్నాను. ప్రతీసారీ ఎవరో ఒకరు వచ్చినన్ను ఆదుకునేవారు. నా సామర్థ్యాలలో నమ్మకం ఉన్న వాళ్ళు; నాలో పైకి రావల్సిన లక్షణం, నిద్రాణంగా ఉన్న శక్తియుక్తులను నమ్మిన వాళ్ళు. మిగతావాళ్ళు నమ్మకపోయినా నన్ను నమ్మిన వాళ్ళు. వీళ్ళని నేనెప్పుడూ మర్చిపోలేదు. మర్చిపోలేను. నా జీవితంలో నేను ఏదైనా సాధించాను అంటే, దానికి వాళ్ళే కారణం. నా ప్రయాణంలో నాకు వెన్నుదన్నుగా నిల్చిన వారు వీళ్ళు.

జీవితంలో విషాద క్షణాలను, కఠిన పరిస్థితులను ఎవ్వరూ తప్పించుకోలేరు. ఎవ్వరూ వాటికి అతీతం కాదు. ప్రాథమిక సీల్ శిక్షణలో మాకు సాయపడిన రబ్బరు పడవ లాగా జీవితంలోమనకు ముఖ్యంగా వారి తోడు కావాలి. మీరొక్కళ్ళే పడవని తోసుకుంటూ, నడుపుకుంటూ వెళ్ళలేరు. మీకు తోడుగా ఉండే వారెవరో వెతుక్కోండి, కనుక్కోండి. వీలైనంత మంది స్నేహితులను సంపాదించండి. మీ విజయం వారి మీదే ఆధారపడి ఉంటుందని మర్చిపోకండి.

మూడో అధ్యాయం

మీరెంత విశాల హృదయులైతే అంత మంచిది

మీరు ఈ ప్రపంచాన్ని మార్చాలనుకుంటే

ఓ వ్యక్తిని... అతని హృదయ వైశాల్యాన్ని బట్టి
అంచనా వెయ్యండి

ప్రపంచాన్ని మార్చాలనుకుంటే ఓ వ్యక్తి యొక్క హృదయాన్ని బట్టి అతన్ని అంచనా వేయాలి. నేను నా కుడిచేతి క్రింద రబ్బర్ ఫ్లిప్పర్స్ పెట్టుకుని, ఎడంచేతిలో మాస్క్ పెట్టుకుని బీచ్ వైపు పరుగెత్తుకుంటూ వెళ్తున్నాను. అప్పటికి నా పరేడ్ పూర్తి కావొచ్చింది.

నేను నా చేతిలో ఫ్లిప్పర్స్ ని ఇసుకలో పాతేశాను. ఒకదానితో ఒకటి ఆనుకొని ఉండేలా టోపీ ఆకారంలో పెట్టాను. నాకు కుడి వైపు, ఎడమవైపు మిగతా విద్యార్థులున్నారు. అందరూ ఆ గ్రీన్ టీషర్ట్ లు ధరించి ఉన్నారు. ఖాకీ ఈత దుస్తులు వేసుకున్నారు. సింథటిక్ బూట్లు మెత్తవి ధరించారు. చిన్న లైఫ్ జాకెట్లు కూడా అందరి దగ్గరా ఉన్నాయి. రెండు మైళ్ళు ఈదుకుంటూ వెళ్లటానికి సిద్ధం అవుతున్నారు అందరూ.

లైఫ్ జాకెట్ - ఓ చిన్న రబ్బర్ బ్లాడర్ లాంటిది. హ్యాండిల్ లాగినప్పుడే అది ఉబ్బుతుంది. లైఫ్ జాకెట్ ని వాడాలనుకుంటే విద్యార్థులు సిగ్గుచేటుగా భావించేవారు. అయినా సీల్ శిక్షణాధికారులు ప్రతీ లైఫ్ జాకెట్ ని తనిఖీ చేయవలసిందే. ఈ తనిఖీ పేరుతో శిక్షణాధికారులు తమ క్రింది వారిని మరింత వేదింపులకు గురి చేసేవారు.

కొరొనాడో తీరంలోని అలల మీద ఏర్పడిన నురుగు ఎనిమిది అడుగుల ఎత్తు లేచి ఉంది. ఆ అలలు మూడు మూడు వరసలుగా వచ్చి వెనక్కి వెళ్ళిపోతున్నాయి. పెద్ద హోరు చేసుకుంటూ వస్తున్నాయి. ప్రతీ విద్యార్థీ గుండె ఆ హోరుకి వేగంగా కొట్టుకోవడం మొదలు పెట్టింది. మా

తనిఖీ అధికారి/శిక్షకుడు ఒక్కొక్కళ్లనే దాటుకుంటూ నా కుడివైపున ఉన్న వ్యక్తి దగ్గరకు వచ్చాడు. అతను కొత్తగా ఎంపికైన వ్యక్తి. నావికాదళానికి పూర్తిగా కొత్త. అయిదు అడుగుల నాలుగు అంగుళాల ఎత్తుంటాడు అతను. మా సీల్ శిక్షకుడేమో చాలా పతకాలు సాధించిన వ్యక్తి. వియత్నాం యుద్ధంలో పాల్గొన్న అనుభవశాలి. మా శిక్షకుడు ఆరడుగుల రెండంగుళాల ఆజానుబాహుడు. ఈ కుర్రాడి ముందు మేరువులా ఉన్నాడాయన.

విద్యార్థి లైఫ్ జాకెట్ ని పరీక్షించిన తర్వాత మా శిక్షకుడు తన ఎడం భుజం మీదుగా ఎగసిపడుతున్న అలల తాలూకు నురుగు మీద దృష్టి సారించాడు. విద్యార్థి ఫ్లిప్పర్స్ ని చేతిలోకి తీసుకున్నాడు. ఆ కుర్ర నావికుడి ముఖానికి వాటిని దగ్గరగా తీసుకెళ్తూ అన్నారాయన: "నువ్వు నిజంగా కప్పలాగా గెంతాలనుకుంటున్నావా?"

కుర్ర నావికుడు వినయంగా లేచి నిలబడి "అవును సార్... అనుకుంటున్నాను" అని ఆత్మస్థైర్యం ధ్వనిస్తున్న స్వరంలో అన్నాడు.

"నువ్వు చూడబోతే. చిట్టెలుకలా ఉన్నావ్" అన్నాడాయన ఫ్లిప్పర్స్ అతడి ముఖం మీదకు ఊపుతూ "అదుగో... ఆ అలల వైపు చూడు.. నిన్నో క్షణంలో చిత్తు చేస్తాయి అవి" అని... ఓ క్షణం ఆగి.... అన్నాడు. "నువ్వు మళ్లీ గాయాల్తో క్రింద పడకుండా ఉండాలంటే వెంటెనే ఈ ఉద్యోగంలోంచి బయటకు వెళ్ళిపో.."

నా కనుకొలకుల నుంచి, ఆ విద్యార్థి దవడలు బిగుసుకుపోవటం నేను గమనించగలిగాను...

"నేను.. ఉద్యోగాన్ని వదిలేదే లేదు" అన్నాడా యువ నావికుడు. ప్రతీ పదాన్నీ ఒత్తి పలుకుతూ.. అప్పుడు మా శిక్షకుడు కొంచెం క్రిందకు వంగి, ఆ విద్యార్థి చెవిలో ఏదో గుసగుసలాడేడు. అలల సవ్వడిలో ఆ మాటలు నాకు వినబడలేదు.

శిక్షితులు అందరినీ తనిఖీ చేయటం పూర్తి అయిన తర్వాత మమ్మల్ని నీళ్లలోకి దిగమన్నారు. మేం ఈదటం మొదలు పెట్టాము. ఓ గంట తర్వాత.. నేను సర్ఫ్ జోన్ లో నుంచి బయటకు నెమ్మదిగా ఈదుకుంటూ చేరుకున్నాను... ఆ బీచ్ లో కొత్త కుర్రాడు నిలబడి ఉండటం గమనించాను నేను. అతను అప్పటికే ఈత పూర్తి చేసి ఉన్నాడు. ఆ రోజునే ఆ తర్వాత నేను అతడిని ప్రక్కకు పిలిచి అతని చెవిలో మా శిక్షణాధికారి ఏం చెప్పాడు అని అడిగాను. అతను చిర్నవ్వు నవ్వి అన్నాడు "నేను తప్పు అని నిరూపించు అన్నారు"

సీల్ శిక్షణలో ఎప్పుడూ ఏదో నిరూపించాల్సి ఉండేది. మనిషి పరిమాణం/ఒడ్డూపొడుగుకీ, కార్యసాధనకీ సంబంధం లేదని నిరూపించడం లాంటిది అన్నమాట. డబ్బు ఒక్కటే మనిషిని ఉన్నతుడిని చేయలేదు అని నిరూపించటం. పట్టుదల, సాహసం ఉంటే ప్రతిభ లేకపోయినా రాణించవచ్చు అని నిరూపించటం. లేదా ప్రతిభ కన్నా అవే ముఖ్యం అని నిరూపించటం. ఈ విషయాలన్నీ పాఠాలుగా నేర్చుకోవటం. ఈ శిక్షణకు సంవత్సరం ముందే జరిగింది. అది నా అదృష్టం –

సాండియాగో నగర ప్రధాన ప్రాంతంలోని ఓ సిటీబస్ ని ఎక్కాన్నేను. నాక్కొంచెం ఉత్సాహంగానే ఉంది. కొరొనాడో తీరంలోని ప్రాథమిక సీల్ శిక్షణా కేంద్రాన్ని దర్శించబోతున్నాను. ROTC కార్యక్రమంలో భాగంగా వేసవి శిక్షణలో పాల్గొనే ప్రథమ శ్రేణి మిడ్ షిప్ మాన్ స్థాయి అధికారిని నేను. నా జూనియర్ కి సీనియర్ లకీ నేను మా కాలేజీలో మధ్య స్థాయిలో ఉండేవాడిని. అంతా అనుకున్నట్టు జరిగితే నాకు వచ్చే వేసవి కాలంలో పూర్తి స్థాయి అధికారిగా నియామకం అందే అవకాశం ఉంది. అప్పుడు

నేను నేరుగా సీల్ శిక్షణకు వెళ్ళవచ్చు. వారం మధ్య కావటంతో మా ROTC (రిజర్వ్ అధికారుల శిక్షణాదళం) వారి నుంచి అనుమతి లభించింది వేరే నౌకలో ఎక్కడానికి బదులు కొరొనాడో తీరానికి వెళ్లడానికి.

ప్రసిద్ధి పొందిన హోటల్ డెల్ కొరొనాడో బయట నేను బస్ దిగాను. ఓ మైల్ నడిచాను. నేవల్ ఏంఫీబియన్ కేంద్రం వైపు ఉన్న బీచ్ వైపు సాగాను. కొరియా యుద్ధం నాటి పాతకాలపు సౌధాలు దాటుకుంటూ, చూసుకుంటూ కదిలాను. దాంట్లోనే పదకొండూ, పన్నెండూ జలాంతర్గత విధ్వంసక బృందాలు ఉండేవి. అది ఒకటే అంతస్తు గల భవనం. ఇటుకలతో కట్టింది. దాని బయట ఓ పెద్ద చెక్క బొమ్మ ఉంది. ఫ్రెడ్డీ అనే కప్ప బొమ్మ అది. అది ఓ ఉభయచరం. దానికి ఓ చేతిలో TNT కర్ర (ప్రేలుడు పదార్థం) మరో చేతిలో సిగార్ ఉన్నాయి. పశ్చిమ తీరం మాండుక్య నరులు (frogmen) అనే యోధులకు ఆలవాలం అది. వాళ్లు మాస్కులు, ఫినల్ ధరించి ఉంటారు. వారి పూర్వీకులు ఐరోజీమా, తారారా, గ్వామ్, ఇన్ బోన్ బీచ్ లను అవలీలగా దాటినవారు.

నా గుండె కొంచెం వేగంగా కొట్టుకోవటం ప్రారంభించింది. ఓ సంవత్సరం కాలంగా నేను రావాలనుకున్నది ఇక్కడికే.

అవి దాటుకుని నేను వెళ్లేటప్పటికి తర్వాత భవనం సీల్ టీమ్ ఒన్ వారిది. వీళ్లు కొత్త తరం అడవి పోరాట యోధులు అని పేరు ప్రఖ్యాతలు సంపాదించిన బృందం వారు. ఆ భవనం ముందు కూడా ఓ చెక్కతో చేసిన ఫలకం ఉంది దాని మీద సీల్ జంతువు బొమ్మ ఉంది. దానికి ఒక చేతిలో కత్తీ, భుజాల చుట్టూ పెద్ద నల్ల వస్త్రం ఉన్నాయి. ఆ తర్వాత నాకు తెలిసింది. ఫ్రాగ్మెన్ దళం, సీల్ దళం ఒక్కరే అని. అందరూ సీల్ శిక్షణా శిబిరంలో నుంచి గ్రాడ్యుఏట్ పట్టా పుచ్చుకున్నవారే –

చివరిగా, నేను నావికా కేంద్రానికి సంబంధించిన ఆఖరి ప్రభుత్వ భవనం వద్దకు చేరుకున్నాను. ఆ భవనం ముందు భాగంలో ఇలా రాసి

ఉంది; "ప్రాథమిక జలాంతర్గత విధ్వంసక సీల్ రక్షణ విభాగం" (BASIC UNDERWATER DEMOLITION SEAL TRAINING) ఆ ప్రాంగణం బయట ఇద్దరు సీల్ శిక్షకులు నిలబడి ఉన్నారు. వారి చుట్టూ కొంతమంది హైస్కూల్ విద్యార్థులు గుమిగూడి ఉన్నారు. శిక్షకులు ఇద్దరూ విద్యార్థుల కంటే చాలా ఎత్తుగా ఉన్నారు. వాళ్లల్లో సీనియర్ ఛీఫ్ పెట్టీ ఆఫీసర్ డిక్ రే ది ఆరడుగుల మూడంగుళాల భారీ కాయం. వెడల్పైన భుజాలు , సన్నని నడుమూ, లోపలికి అణిగినట్టున్న చర్మం, సన్నగా పెన్సిల్ తో గీసినట్టున్న మీసకట్టు. అతను నేను సరిగ్గా ఊహించినట్టుగానే ఉన్నాడు. సీల్ ఆఫీసర్ లు ఎలా ఉంటారని ఊహించానో అలాగే ఉన్నాడు. అతని ప్రక్కనే ఛీఫ్ పెట్టీ ఆఫీసర్ జీన్ వెన్స్ ఉన్నాడు. అతను కూడా ఆరడుగుల పైనే పొడుగుంటాడు. మంచి దృఢంగా కండలు తిరిగిన యోధుడిలా ఉన్నాడు ఫుట్ బాల్ ఆటలోని డిఫెన్స్ ఆటగాడిగా ఉంటాడు–

నావికా శిక్షణార్థులందరినీ భవనం లోపలికి తీసుకెళ్లారు. కొంచెం భయపడుతూ నేనూ వాళ్ల వెనకాలే వెళ్ళాను. ముందు భాగంలో ఉన్న రిసెప్షన్ డెస్క్ దగ్గర ఆగాను. అక్కడ డెస్క్ కి ఇన్ ఛార్జ్ గా ఉన్న నావికుడితో నా కథంతా చెప్పాను. నేను యూనివర్సిటీ ఆఫ్ టెక్సాస్ లో మిడ్ షిప్ మాన్ గా చేశాను. సీల్ శిక్షణ గురించి తెల్సుకోవాలనుకుంటున్నట్టు చెప్పాను. అతను ఒక్కక్షణం లేచి ఎక్కడికో వెళ్ళి వెంటనే తిరిగి వచ్చాడు. ఫస్ట్ ఫేజ్ ఆఫీసర్ గా ఉన్న లెఫ్టినెంట్ డగ్ హత్ తనతో త్వరలో మాట్లాడాలనుకుంటున్నారనీ చెప్పాడు. లెఫ్టినెంట్ హత్ గారి పిలుపు కోసం నేను ఎదురుచూస్తూ కూర్చున్నాను. నెమ్మదిగా లేచి, హాల్ లో అటూ ఇటూ తిరిగాను. గోడలకున్న చిత్రాలను గమనించాను. వియత్నాం యుద్ధంలో పాల్గొన్న సీల్ యోధుల చిత్రాలు అవి. మెకోంగ్ డెల్టా ప్రాంతంలో మొల లోతు బురదలో నెమ్మదిగా పైకి లేస్తూ కనబడుతున్న దృశ్యాలు అవి.

ఇంకొన్ని చిత్రాల్లో మారువేషాల్లో వస్తున్న సీల్ ప్లాటూన్ లు రాత్రి పూట యుద్ధం నుంచి తిరిగి వస్తున్న చిత్రాలు. వాళ్లందరి చేతుల్లో ఆటోమేటిక్ ఆయుధాలు, భుజాల నిండా మందు గుండు సామాగ్రి, అవి మోసుకుంటూ అడవిలోకి వెళ్లడానికి సిద్ధంగా ఉన్న స్విఫ్ లు బోట్ ఎక్కుతున్న దృశ్యాలు.

ఆ హాల్ చివర్లో ఇంకొకతను కూడా నాలాగే గోడల మీద చిత్రాల వంక చూస్తున్నాడు. చూడటానికి. మిలటరీవాడిలా కాక సాధారణ పౌరుడిలా ఉన్నాడు. ఓ మాదిరిగా ఉన్నాడు. మనిషి శరీరం, వాలకం చూస్తే చెప్పాలంటే కొంచెం సన్నగానే ఉన్నాడు. అతని చెవుల మీద నల్లటి జుట్టు తట్టెలుగా వేళ్లాడుతోంది. గోడ మీద చిత్రాల్లోని అసాధారణ యోధుల వంక అతను విస్మయంగా చూస్తున్నట్లు కన్పించాడు. నాకు అన్పించింది. నావికాదళంలోని సీల్ శిక్షణా తరగతులకు పనికొచ్చే లక్షణం ఇతనిలో ఉందా అని అనుకున్నాను. ఆ చిత్రాలు చూస్తుంటే అతనికి అర్థం అయి ఉండాలి. అంత కఠినమైన శిక్షణ అతను తట్టుకోగలుగుతాడా? అతని అల్ప దేహం. ఆ బరువైన వేల రౌండ్ల మందుగుండు సామాగ్రినీ, అంత పెద్ద సంచుల్నీ మోయగలదా? భవనం ముందు భాగంలో ఉన్న దీర్ఘ దేహులైన సీల్ శిక్షకుల్ని అతను చూడలేదా? యోధులంటే వాళ్ళు! సీల్ లో ఉండాల్సిన వాళ్ళు. నా కొ్కంచెం బాధ కలిగింది. ఇతన్ని ఎవరో తప్పు దారి పట్టించి ఉంటారు, అనుకున్నాను. సుఖాన ఉన్న ప్రాణాన్ని కష్ట పెట్టుకుంటూ ఇంత దూరం వచ్చాడు పాపం. వాళ్ళెవరిదో సలహా విని!

కొన్ని నిమిషాల తర్వాత, ముందు డెస్క్ దగ్గర ఉన్న నావికుడు కారిడార్ లో మామూలుగా నడుచుకుంటూ వచ్చి నన్ను లెఫ్టినెంట్ హత్ గారి కార్యాలయం లోపలికి తీసుకువెళ్లాడు. డగ్ హత్ కూడా సీల్ శిక్షణా తరగతుల్లో అభ్యర్థులను చేర్చుకునే ఒక రిక్రూటింగ్ అధికారే. పొడుగ్గా ఉంటారు. దృఢమైన కండరాలు, గోధుమ రంగు జుట్టు, నేవి ఖాకీ యూనిఫామ్ లో చాలా భయం గొలిపేటట్టు ఉన్నాడు.

హత్ గారి డెస్క్ ఎదురుగా ఉన్న కుర్చీలో కూర్చున్నాను. సీల్ శిక్షణ గురించి మాట్లాడుకుంటున్నాం మేం. ఆ శిక్షణ కార్యక్రమంలో ఎదురయ్యే సవాళ్ల గురించి కూడా మాట్లాడుకుంటున్నాం మేం. హత్ తన అనుభవాల గురించి నాకు చెప్పారు. వియత్నాం యుద్ధంలో తన అనుభవాల గురించీ, ఒక వేళ సీల్ శిక్షణకి ఎంపిక అయితే టీమ్స్ లో జీవితం ఎలా ఉంటుందనేది సవిస్తారంగా వివరించారు ఆయన.. నా కనుకొలుకుల నుంచి నేను గమనిస్తూనే ఉన్నాను. అంతకుముందు నేను చూసిన వ్యక్తి ఇంకా గోడలమీది చిత్రాలను చూస్తూనే ఉన్నాడు. బహుశా, అతను కూడా నాలాగే లెఫ్టినెంట్ హత్ గారి గురించి ఎదురుచూస్తూ ఉండి ఉంటాడు, అనుకున్నాను. నాలాగే సీల్ శిక్షణ గురించి తెలుసుకోవాలని అనుకుంటూ ఉంటాడు. నా క్కొంచెం గర్వం అన్పించింది. ఎందుకంటే, నేను అతని కంటే బలంగానే ఉన్నాను. సీల్ శిక్షణలో తట్టుకుని బ్రతికి బట్ట కట్టాలనుకునే అతని కన్నా నేనే బాగున్నాను అన్పించింది నాకు.

మా సంభాషణ మధ్యలో ఉండగా లెఫ్టినెంట్ హత్ ఉన్నట్టుండి మాట్లాడ్డం ఆపేసి తన డెస్క్ మీద నుంచి చూస్తూ హాల్ లోని సన్నని వ్యక్తి వైపు చూస్తూ పెద్దగా అరిచాడు. నేను లేచి నుంచున్నాను. తన గదిలోకి రావాల్సిందిగా హుత్ ఆ సన్నని వ్యక్తికి సైగ చేస్తూ చెప్పాడు – “బిల్.. ఇతను టామీ నోరిస్” అని అతనికి నన్ను పరిచయం చేశాడు హుత్. ఆ సన్నని వ్యక్తిని గట్టిగా హత్తుకున్నాడు. “వియత్నాం యుద్ధంలో ఆఖరి సీల్ గౌరవ మెడల్ పొందిన వ్యక్తి టామీ” అని హుత్ చెప్పాడు. నోరిస్ చిరునవ్వు నవ్వాడు. ఆ పరిచయ వాక్యాలు అతనికి ఇబ్బంది కల్గించినట్లుగా ఉన్నాయి. నేను ప్రతిగా చిర్నవ్వు నవ్వాను. అతనితో చేయి కలిపాను. నాలో నేనే నవ్వుకున్నాను. ఈ బక్క ప్రాణం, చింపిరి జుట్టు గాడి గురించే నేను అనుమాన పడ్డానా అనుకున్నాను. వియత్నాం యుద్ధంలో పాల్గొన్న టామ్

నోరిస్ మా వాయుసేనకి సంబంధించిన ఇద్దరు సైనికులను కాపాడటానికి అతను రెండు రాత్రులు వరుసగా శత్రు సైన్యాల్లోకి చొచ్చుకువెళ్ళాడట. ఇదే టామ్ నోరిస్ ని ఇంకో సందర్భంలో ముఖం మీదే ఉత్తర వియత్నాం దళాలు కాల్చాయట. దాదాపు చనిపోయినంత పని అయిందట. పెట్టీ ఆఫీసర్ మైక్ దార్నటన్ అతన్ని కాపాడారు. ఆయనకు కూడా గౌరవ మెడల్ దక్కింది. ఇదే టామ్ నోరిస్ గాయాల నుంచి కోలుకున్న తర్వాత ఫెడరల్ బ్యూరో ఆఫ్ ఇన్వెస్టిగేషన్ వారి గొప్ప బృందం హోస్టేజ్ రెస్క్యూ టీమ్ (బందీలను విడిపించే ప్రత్యేక బృందం) లో చేర్చుకున్నారు. చూడటానికి సాదాసీదాగా, మామూలుగా, ఎక్కువ మాట్లాడకుండా, నిగర్విలా ఉన్నాడతను. ఇతనే సీల్ లోని టీమ్స్ యోధుల్లోని అగ్రగణ్యుల్లో ఒకడు అంటే నమ్మశక్యంగా లేదు –

1969 లో టామీ నోరిస్ ని దాదాపుగా సీల్ శిక్షణ శిబిరం నుంచి బహిష్కరించినంత పని చేశారట. మరీ పొట్టిగా బక్క పలుచగా ఉన్నాడనే విషయం అతని లోపంగా వక్కాణించారు. నా క్లాస్ లోని కుర్ర నావికుడి లాగే నోరిస్ కూడా వాళ్ళందరి అభిప్రాయాలూ తప్పు అని సప్రమాణంగా నిరూపించాడు. మీ ఫ్లిప్పర్ పరిమాణం కాదు. మీ గుండె వైశాల్యమే మిమ్మల్ని ఓ యోధుడిగా నిలబెడుతుందని ఎలుగెత్తి చాటాడు తన చర్యల ద్వారా.

నాలుగో అధ్యాయం

జీవితం అనేది సాఫీగా సాగదు- అయినా సాగిపోతూనే ఉండాలి ఆగకూడదు

మీరు ఈ ప్రపంచాన్ని మార్చాలనుకుంటే...

'సుగర్ కుకీ లేదా 'పప్పుసుద్ద' అనే
ముద్రల బంధనాల్లోంచి బయటపడండి
స్వేచ్ఛగా ముందుకు సాగండి

ప్రపంచాన్ని మార్చాలంటే.. విధిని నిందిస్తూ కూర్చోకండి. దృఢ నిశ్చయంతో ముందుకు సాగండి. నేను ఇసుక దిబ్బ మీదకి పరుగెత్తుకుంటూ వెళ్ళాను. తటపటాయించకుండా. ఎగిరి అవతలి వైపుకి దూకాను. పసిఫిక్ మహా సముద్రం వైపుకి. నా ఒంటి నిండా ఆకుపచ్చ దుస్తులున్నాయి. చిన్న టోపీ యుద్ధానికి అవసరమైన బూట్లూ ధరించి ఉన్నాను నేను. కాలిఫోర్నియాలోని కొరొనాడో బీచ్ లో అలలు ఇంతెత్తున ఎగిసి వచ్చి బీచ్ ని ఢీకొంటున్నట్లుగా ఉన్నాయి. ఆ అలల మీదకే దూకాన్నేను.

నీళ్ళల్లో నుంచి బయటకి వచ్చేటప్పటికి పూర్తిగా తడిసి, ముద్ద అయిపోయాను. ఇసుక దిబ్బల మీద సీల్ శిక్షకుడు నిలబడి ఉన్నాడు. అతను చేతులు ముడివేసి ఉన్నాయి. ఉదయపు మంచుని చీల్చుకునే చూపులతో అతను పెద్దగా అరవటం నాకు వినబడింది “మిస్టర్ మాక్! ఏం చేయాలో మీకు తెలుసు కదా”

నాకు తెలుసు నిజానికి లేని పోని ఉత్సాహాన్ని నటిస్తూ గుండెల నిండా గాలి పీల్చి “హూయా” అని అరిచాను. అరిచి ఇసుకలోకి దూకాను తలక్రిందులుగా. ఓ ప్రక్కలో ఒరుగుతూ దొర్లాను ఇసుకలో. అందువల్ల నా యూనిఫామ్ అంతా కవర్ అయ్యింది. చాలాసేపటివరకూ కూర్చునే ఉన్నాను ఇసుకలో దూరి పోయాను పూర్తిగా. గాలిలోకి ఇసుక ఎగిరేటట్లు తంతున్నాను.. నా దేహంలోని మూల మూలల నిండా ఇసుక నిండి పోయేటట్లుగా చూసుకున్నాను –

ఆ రోజున ఉదయం పూట జరిగిన సీల్ శిక్షణాభ్యాసంలో నేను "సీల్ శిక్షణా నియమాల్ని ఉల్లంఘించాను" దానికి నాకు విధించిన దండన ఇది. సర్ఫ్ జోన్ లోకి దూకడం, ఇసుకలో పొర్లిగింతలు పెట్టటం, "సుగర్ కుకీ" లా అవటం, తడిసి ముద్ద అవటం లాంటిది అన్నమాట.

సీల్ శిక్షణలో అత్యంత ఇబ్బందికరమైన పరిస్థితి/పేరు ఇంకొకటి ఉండదు. చాలా బాధాకరమైనవీ, మనిషిని అలిసిపోయేలా చేసేవీ, అంశాలు ఉన్నప్పటికీ, సుగర్ కుకీగా పిలవబడటం అనేది మన సహనానికి పరీక్ష. మన పట్టుదలకీ, దృఢ నిశ్చయానికీ కూడా అగ్ని పరీక్షలాంటిది అది. మెడలోతు ఇసుకలో కూరుకుపోయి ఉండడం వల్ల కాదు అలా అనేది, మన చేతులూ, కాళ్లూ అన్నింటి నిండా ఇసుకే. కానీ "సుగర్ కుకీ" అని పిలుపించుకోవటం అనేది ఎంతో వివక్షతో కూడినది అవటమే దానికి కారణం. దానికి ఓ కారణం కమామీషూ ఏం ఉండదు మనకి అభ్యాసాల నేర్పించే శిక్షకుడి చేతుల్లోనే ఉంది అంతా. అతని వ్యక్తిగత ఇష్టానిష్టాలకు అనుగుణంగా మనల్నినడిపిస్తాడు.

సీల్ శిక్షణకు వచ్చిన చాలా మంది అభ్యర్థులకు ఇది మింగుడు పడేది కాదు. మంచి పోటీ ఇచ్చి, బాగా కష్టపడిన అభ్యర్థులు తమ శ్రమకు తగిన ఫలితం, గుర్తింపు ఇచ్చి, తమ పని తీరుకు మెచ్చి ఏవైనా అవార్డులు, బహుమతులు ఇస్తారేమో అని ఆశించేవారు. ఒక్కోసారి వాళ్లకి ఆ గుర్తింపు దొరికేది. ఇంకోసారి దొరికేది కాదు. ఇంకొన్ని సార్లు అయితే వాళ్లకి దొరికింది. ఒంటి నిండా ఇసుకా, ఇసుకలో తడిసిపోవడమే –

నాకు ఒంటి నిండా తగినంత ఇసుక అంటుకుందని అనుకున్నాక, నేను నా శిక్షకుని దగ్గరకు పరుగెత్తుకుంటూ వెళ్ళాను. మరోసారి "హుయా" అని అరిచాడు. క్రమశిక్షణ గల సైనికుడిలా మా శిక్షకుడి దగ్గర నిలబడ్డాను. నేను "సుగర్ కుకీ" గా తగిన విధంగా తయారయానో లేదో

నిర్ధారించుకోవటానికి లెఫ్టినెంట్ ఢిలిప్ విల్ మార్టిన్ ఉన్నారు. ఆయన్ని ఆయన 'మోకీ' అని పిలిచేవారు.

లెఫ్టినెంట్ మార్టిన్ యోధుడికి మారుపేరులా ఉంటాడు. అతను పుట్టిందీ, పెరిగిందీ హవాయ్ లోపలనే. అతనిలో సీల్ ఆఫీసర్ కి ఉండాల్సిన లక్షణాలన్నీ ఉన్నాయి. అతను వియత్నాం యుద్ధంలో పాల్గొన్న పాత తరం యోధుడు. సీల్ ఆయుధాగారం లోని ప్రతీ ఆయుధాన్నీ అవలీలగా ఎత్తేవాడట. సీల్ బృందంలోని టీమ్స్ లో అద్భుతమైన స్కైడైవర్స్ లో అతను ఒకడు. అతను పుట్టి పెరిగింది హవాయ్ కావడం వల్ల అక్కడి జలాలు అతనికి సుపరిచితాలు. అతనికి సాటి రాగల వారు ఎవ్వరూ లేరు. పోటీ సంగతి దేవుడెరుగు –

"మిస్టర్ మాక్.. మీరు.. ఉదయం సుగర్ కుకీ గా ఎందుకు మారాల్సి వచ్చిందో తెలుసా?" అని అడిగాడు మార్టిన్ చాలా ప్రశాంతంగా. ప్రశ్నించేతత్త్వం ఆ మాటల్లో స్పష్టంగా ధ్వనిస్తోంది. నేను వెంటనే వినయంగా అన్నాను. "లేదు.. సార్.. మార్టిన్ గారు.."

"ఎందుకంటే.. మాక్ గారు.. జీవితం ఎంత తొందరగా తెలుసుకుంటే అంత మంచిది మీకు" అన్నాడాయన –

ఓ సంవత్సరం తర్వాత, లెఫ్టినెంట్ మార్టిన్, నేనూ నువ్వు నువ్వు అని చనువుగా పేరు పెట్టి పిలుచుకునేంత దగ్గరయ్యాం... నేను ప్రాథమిక సీల్ శిక్షణని పూర్తి చేశాను. అతనికి వేరే చోట పోస్టింగ్ ఇచ్చారు. కొరొనాడో లోని అండర్ వాటర్ డెమాలిషన్ టీమ్ ఎలెవెన్ (జలాంతర్గత విధ్వంసక బృందం 11) కి బదిలీ చేస్తూ ఉత్తర్వులు వెలువడ్డాయి.

నాకు, మోకీ గురించి ఎక్కువగా తెలుస్తున్నప్పటి నుంచీ నాకు అతని మీద అదే స్థాయిలో గౌరవం పెరగడం ప్రారంభించింది. అతను ఓ అద్భుత సీల్ శిక్షకుడు మాత్రమే కాదు. అద్భుతమైన అథ్లెట్ కూడా. 1980

దశకం మొదట్లో ట్రయాథ్లాన్ క్రేజ్ లో అతను ముందు వరుసలో ఉండేవాడు. సముద్రంలో అతను యథేచ్ఛగా ఫ్రీస్టైల్ స్ట్రోక్ లో ఈదేవాడు. అతని పిక్కలు, కండలూ దృఢంగా నవనవలాడుతూ ఉండేవి. ఎక్కువ దూరాలు పరుగెత్తాల్సి వచ్చినప్పుడు అతను అలవోకగా తన లక్ష్యాన్ని చేరుకునే వాడు. అతనికి మంచి ప్రవేశం, అభినివేశం ఉన్న విషయం వేరే ఉంది. అతనికి సైకిల్ తో అవినాభావ సంబంధం ఉండేది –

ప్రతీరోజూ ఉదయాన్నే అతను సైకిల్ మీద ముప్పై మైళ్ళు తొక్కేవాడు. కొరొనాడో సిల్వర్ స్ట్రాలడ్ వరకూ వెళ్ళి మళ్ళీ వెనక్కి వచ్చేవాడు. అలా వెళ్ళటానికి సైకిల్ వెళ్లేందుకు వీలుగా చదును చేసిన మార్గం ఉండేది. పసిఫిక్ మహాసముద్రానికి సమాంతరంగా ఆ మార్గం ఉండేది. కొరొనాడో నగరం నుంచి ఇంపీరియల్ బీచ్ నగరం వరకూ ఆ మార్గం సాగేది. ఓ పక్క సముద్రం. మరో పక్క సైకిల్ ట్రాక్. కాలిఫోర్నియాలోని బీచ్ మార్గంలో అది ఓ అద్భుతమైన ప్రాంతం.

ఓ రోజు శనివారం పూట పొద్దున్నే మోకీ శిక్షణా కార్యక్రమంలో భాగంగా సిల్వర్ స్ట్రాండ్ లో సైకిల్ మీద వెళుతున్నాడు. తల వంచుకుని వెళ్తూ ఉండడం వల్ల ఎదురుగా వస్తున్న సైకిల్ ని అతను గమనించలేదు. గంటకి 25 మైళ్ళ వేగంతో వెళ్తున్న రెండు సైకిళ్లూ గుద్దుకున్నాయి. ఆ వేగానికీ/ధాటికీ రెండు సైకిళ్లూ నుజ్జు నుజ్జు అయిపోయాయి. సైకిల్ తొక్కుతూ ఇద్దరూ నేలమీద పడ్డారు. తలలు వెళ్ళి తారు రోడ్డుకి గుద్దుకున్నాయి. మొదటి చోదకుడు గింగిరాలు తిరుగుతూ, దొర్లుకుంటూ మట్టిలో కొట్టుకుపోయాడు. అతి కష్టం మీద నిలబడగలిగాడు. బాగా దెబ్బలు తగాలాయి కానీ ఫర్వాలే. మోకీ మాత్రం తలక్రిందులుగా పడిపోవటం వల్ల కదలలేకపోయాడు. క్షణాల్లోనే వైద్య సిబ్బంది అక్కడికి చేరుకున్నారు. మోకీకి ప్రాథమిక చికిత్స చేశారు. అతన్ని హాస్పిటల్ లో

చేర్చారు. మొదట్లో అతనికి వచ్చిన పక్షవాతం తాత్కాలికం అని అంతా భావించారు. కానీ, రోజులు, నెలలు, సంవత్సరాలు గడుస్తున్నాకొద్దీ మోకీ మళ్ళీ తన కాళ్ళ మీద తను నిలబడలేకపోయాడు. ఆ ప్రమాదంలో దెబ్బ తిన్న అతని కాళ్ళు పూర్తిగా చచ్చుబడిపోయాయి. మొల క్రింది భాగం అంతా కదలటానికి రాకుండా అయిపోయంది. చేతుల్లో మాత్రం కొంచెం కదలికలే మిగలాయి –

గత ముప్పై అయిదేళ్ళుగా మోకీ (వీల్ ఛైర్) చక్రాల కుర్చీకే పరిమితం అయిపోయాడు. ఇన్నేళ్ళ లోనూ అతను ఎప్పుడూ తన పరిస్థితి గురించి చెడుగా మాట్లాడటం, సానుభూతి కోసం ప్రయత్నించగా ఒక్కసారి కూడా నేను వినలేదు. "నాకే ఎందుకు ఇలా జరిగింది?" అని అతను ఎన్నడూ అనలేదు. తన మీద తను ఎప్పుడూ జాలి పడలేదు.

ఇంకా చెప్పాలంటే , ఆ యాక్సిడెంట్ జరిగిన తర్వాత మోకీ మంచి నేర్పు గల పెయింటర్ అయ్యాడు. చక్కటి పిల్లకి తండ్రి అయ్యాడు. సూపర్ ఫ్రాగ్ ట్రయాథ్లాన్ అనే సంస్థని స్థాపించి, దాని పర్యవేక్షణా బాధ్యతలు చూస్తున్నాడు.ప్రతీ సంవత్సరం కొరొనాడోలో ఈ పోటీలు నిర్వహిస్తున్నారు.

జీవితంలో మీకు జరిగే కష్టనష్టాలకి బయట వ్యక్తుల్ని/విషయాల్ని నిందించటం చాలా తేలిక. అనువుగా కూడా ఉంటుంది. ఇంక ప్రయత్నాలు కూడా మానేయొచ్చు. ఎందుకంటే, విధి మన మీద కక్ష కట్టింది అని అందరికీ చెప్పచ్చు. మీరు ఎక్కడ పుట్టారు, ఎలా పెరిగారు, తల్లిదండ్రులు ఎలా మీ అవసరాలు చూసుకున్నారు లేదా మీరు ఎక్కడ చదివారూ అన్న దాని మీద మీ జీవితం ఆధారపడి ఉంది. వాటి ఆధారంగానే మీ భవిష్యత్తు రూపు దిద్దుకుంటుందని చెప్పటం, ఆలోచించటం చాలా సులభం. కానీ ఇంతకంటే సత్యదూరం ఇంకేమీ ఉండదు. మామూలు మనుషులకీ, గొప్ప వాళ్ళకీ అదే తేడా. మనకు జరిగే

అన్యాయాలు/కష్టనష్టాలు, వీటిని మనం ఎలా ఎదుర్కుంటాం అనేదే మన జీవితాన్ని నిర్దేశిస్తుంది, శాసిస్తుంది. హెలెన్ కెల్లర్, నెల్సన్ మండేలా, స్టీఫెన్ హాకింగ్, మలాలా యూసఫ్ జై, ఇంకా మోకీ మార్టిన్ వీళ్ళందరూ ఇది నిరూపించారు. ఒక్కోసారి మీరు ఎంత కష్టపడ్డా, మీరు ఎంత బాగా ప్రయత్నించినా మీరు ఓ సుగర్ కుకీ గానే మిగులుతారు. కానీ, దాని కోసం ఎవర్నీ నిందించకండి. మీ అదృష్టాన్ని తిట్టుకోకండి. నిటారుగా నిలబడండి. భవిష్యత్తులోకి తొంగిచూడండి. ముందుకు సాగండి ధైర్యంగా ఆత్మస్థైర్యంతో.

అయిదో అధ్యాయం

ఆలంబన

(అపజయాలే మీకు వెన్నుముకగా నిలుస్తాయి)

ప్రపంచాన్ని మార్చాలంటే...

సర్కస్ ను చూసి భయపడటం మానేయండి

కొరొనాడో తీరం వెంబడి అలలు సందడి చేస్తున్నాయి. తెరలు తెరలుగా వస్తూనే ఉన్నాయి. మేం సముద్రంలో ఈతకు వెళ్ళి. మళ్ళీ ఒడ్డుకు ఈదుకుంటూ వస్తున్నాం. ఆ అలల తాలూకు నురగ వచ్చిమొహానికి తగులుతోంది. యథాప్రకారం నేను, నా మిత్రుడూ (సీల్ శిక్షణ కుర్రాడు), మిగతా సీల్ తరగతి బృందం వారి వేగాన్ని అందుకోవడానికి నానాయాతనా పడుతున్నాం. పక్కనే రక్షణగా ఉన్న పడవలో వస్తున్న మా శిక్షకులు పెద్దగా అరుస్తూ, మా ఇద్దర్నీ ఉత్సాహపరుస్తున్నారు. మిగతావారి వేగాన్ని అందుకోమని. కానీ మేం ఎంత కష్టపడి ఈదినా అంత వెనుకపడిపోతున్నట్లు అనిపించింది.

ఆరోజు నాతోపాటుగా ఉన్న ఈత మిత్రుడి పేరు ఎన్ సైన్ మార్క్ థామస్. మార్క్ కూడా నాలాగే రిజర్వ్ ఆఫీసర్స్ ట్రెయినింగ్ కోర్ (ROTC) ద్వారా నియమితుడయ్యాడు. అతను వర్జీనియా మిలిటరీ ఇన్ స్టిట్యూట్ నుంచి గ్రాడ్యుయేట్ పట్టా పొందాడు. దూరపు పరుగుపందాల్లో తరగతిలోనే మొదటగా నిలిచాడతను –

సీల్ శిక్షణలో 'ఈత మిత్రుడు' అంటే నీకు తోడుగా వెన్నంటి ఉండేవాడు. భౌతికంగా మన వెనకాల అతనిని కట్టి ఈదమంటారు. ఎక్కువ దూరాలు ఈదేటప్పుడు కూడా అతను మీతోనే ఉంటాడు. అతనే మీకు అన్నీ నేర్పిస్తూ ఉంటాడు. మిమ్మల్నీ నిరంతరం ప్రోత్సహిస్తూ ఉంటాడు. శిక్షణ కాలం మొత్తంలోనూ, అతనే మీకు మంచి మిత్రుడిగా

చనువుగా కొనసాగుతాడు. ఒకవేళ ఈత నేర్చుకునే శిక్షణాకాలంలో వీళ్లిద్దరిలో ఎవరు విఫలం చెందినా ఫలితం ఇద్దరూ అనుభవించాల్సిందే. అంటే కలిసిమెలిసి సామూహికంగా పని ఎలా చేయాలీ అని నేర్పించడానికే దీన్ని నిబంధనగా నిర్దేశించారు.

మేం ఈత పూర్తి చేసుకుని, ఒడ్డుకి చేరుకునేసరికి ఓ సీల్ శిక్షకుడు మా కోసం ఎదురుచూస్తున్నాడు. "డ్రాప్ డౌన్!" అరిచాడా శిక్షకుడు. అంటే పుష్-అప్ పొజిషన్ లోకి వెళ్లమని మాకు ఆజ్ఞ. వీపు నిటారుగా పెట్టి చేతులు పూర్తిగా సాచి, తల నిలువుగా పెట్టాలి.

"మీ ఇద్దరూ మిమ్మల్ని 'అధికారులు' అని పిలిపించుకుంటున్నారా?". అరిచాడా శిక్షకుడు. దానికి మేం సమాధానం చెప్పాల్సిన అవసరం లేదు. మేం ఎలాగూ కొనసాగుతాం అని మాకు తెలుసు.

"సీల్ శిక్షణాతరగతిలో అధికారులే అన్నింటా ముందుంటారు. అందరికీ దారి చూపిస్తారు. వాళ్లు ఎప్పుడూ ఈతలో వెనుక పడరు. క్లాస్ మొత్తాన్ని ఇబ్బంది పెట్టి, సిగ్గు పడేలా చేయరు". అన్నాడు మా శిక్షకుడు-

మా శిక్షకుడు మా చుట్టూరా తిరుగుతూ క్రింద ఉన్న ఇసుకని కాలితో తన్నుతున్నాడు. అది ఎగిరి వచ్చి, మా ముఖాల మీద పడుతోంది.

"మీరు ఈ ఈత పరీక్షలో నెగ్గుతారని నేను అనుకోవటంలేదు- సీల్ శిక్షణ తరగతుల్లో పాల్గొనే అధికారుల్లో ఉండాల్సినంత సమర్థత మీలో ఉందని అన్పించటం లేదు" అన్నాడు మా శిక్షకుడు.

ప్యాంటు వెనుక జేబులోంచి ఓ నల్లటి నోట్ బుక్ బయటకు తీశాడతను. మా వైపు తృణీకారభావంతో చూశాడతను. ఆ పుస్తకంలో ఏదో రాశాడు. "మీ పేర్లు సర్కస్ లిస్ట్ లో చేరాయి" అని తల అడ్డంగా ఆడిస్తూ అన్నాడు- "మీరు ఇంకో వారం కొనసాగితే గొప్ప" అన్నాడు.

సర్కస్. నేను గానీ, మార్క్ గానీ అస్సలు కోరుకోనిది. శిక్షణాకాలంలో ప్రతీరోజు మధ్యాహ్నంపూట సర్కస్ నిర్వహిస్తారు. సర్కస్ అంటే మరో రెండు గంటలపాటు దేహధారుఢ్య కసరత్తులు(శారీరక శ్రమ) చేయాలి. అంతే. సీల్ లోని మాజీ యోధుల నుంచి వేధింపులు కూడా తోడవుతాయి. ఆ రోజున ఏదైనా ఈవెంట్ లో తగిన ప్రమాణాలు అందుకోవటంలో ఫెయిల్ అయితే, దేహధారుఢ్య పరీక్షల్లోకానీ, అవరోధాలు దాటడంలో కానీ, టైమ్డ్ రన్స్ లో కానీ, ఈతల్లో కానీ, ఎందులో విఫలం అయినా మీ పేరు సర్కస్ లిస్ట్ లో చేరుస్తారు. అంటే, శిక్షకుల దృష్టిలో మీరు ఓ విఫలుడైన యోధుడి క్రింద లెక్క.

సర్కస్ అంటే అందరికీ భయం – ఎందుకంటే అది కలిగించే అదనపు శారీరక శ్రమ కాదు. ఆ తర్వాత రోజున మీరు ఇంక ఏ శిక్షణ కార్యక్రమాల్లోనూ పాల్గొనలేరు. ఎందుకంటే అంతగా అలిసి సొలిసి పడిపోతారు. ఆ మర్నాడు కూడా మీరు శిక్షణా ప్రమాణాలు అందుకోలేరు. మళ్లీ సర్కస్ లో పేరు చేరుస్తారు. అలా ... కొనసాగుతుంది. అది. ఓ చక్రం లాంటిది. వైఫల్యాల దండ, దాంతో, చాలా మంది విద్యార్థులు ఆ శిక్షణకి స్వస్తి పలికి బయటకు వెళ్ళిపోయేవారు.

మిగతా విద్యార్థులందరూ అన్ని ఈవెంట్లు పూర్తి చేస్తూ ఉంటే. నేనూ, మార్క్ మాత్రం అక్కడే ఉన్న తారుతో చేసిన గ్రైండర్ దగ్గర గుమిగూడే వాళ్లం. మాతోపాటు ఇంకొంత మంది కూడా ఉండేవాళ్లు. వాళ్లు దేహదారుఢ్యానికి సంబంధించిన కసరత్తులు మొదలు పెట్టేవాళ్లు. అదో సుదీర్ఘ కసరత్తు –

మేం క్లాస్ లో ఈత పోటీల్లో చివరగా నిలిచినందువల్ల. ఆ సర్కస్ ని శిక్షకులు మా కోసమే ప్రత్యేకంగా రూపొందించేవారు. ఫ్లట్టర్ కిక్స్ చేయాలి. చాలా సార్లు చేయాలి. ఫ్లట్టర్ కిక్స్ అంటే మన ఉదర భాగం,

తొడలు దృఢంగా అయ్యేటట్టు చేయటానికి ఉద్దేశించబడింది. అందువల్ల సుదీర్ఘమైన ఈత పోటీల్లో మీరు సులభంగా పాల్గొనగలుగుతారు. అంతేకాదు. అందువల్ల మీరు బాగా డస్సి పోతారు కూడా.

ఫ్లట్టర్ కిక్ కసరత్తుల్లో భాగంగా మేం వెనక్కి వాలి ఉండాలి. కాళ్ళు ముందుకు చాచి ఉంచాలి మాముందే. చేతులు మా తల వెనక్కి పెట్టుకోవాలి. అలా చేస్తూ పోవాలి. శిక్షకుడు సంఖ్యను లెక్కపెడుతూ ఉంటాడు. కాళ్ళు పైకి క్రిందికీ కదులుస్తూ ఉండాలి. గాలిలోకి తంతున్నట్లుగా కదలాలి–

ఈ క్రమంలో మీరు ఎట్టి పరిస్థితుల్లోనూ మోకాళ్లు వంచకూడదు. మోకాళ్ళు వంచటం అంటే యోధుడైన వాడి బలహీనతగా పరిగణించబడుతుంది–

ఈ సర్కస్ కార్యక్రమం అత్యంత బాధాకరం. ఓ రకంగా శిక్షలాంటిది. శిక్షణా కాలంలోని శిక్ష వందల సార్లు ఫ్లట్టర్ కిక్కులు, పుష్ అప్స్, సిట్ అప్స్, బాడీ బిల్డ్ కౌంట్స్, వీటి వల్ల నేనూ, మార్క్ పూర్తిగా అలిసి పోయే వాళ్లం సూర్యాస్తమయానికి మేం పూర్తిగా కదలలేని పరిస్థితికి చేరుకునే వాళ్లం. అదే వైఫల్యానికి మేం చెల్లించే మూల్యం.

ఆ మర్నాడు మరిన్ని దేహ దారుఢ్య కసరత్తులు, ఇంకోసారి పరుగులు పెట్టడం, అవరోధాల మీద నుంచి దూకటం, మళ్లీ సర్కస్ మా ప్రాణానికి. మళ్లీ సిట్ అప్స్, మరికొన్ని పుష్–అప్స్, ఇంకా ఎక్కువ ఫ్లట్టర్ కిక్స్. చేయాలి, మళ్లీ మొదలుపెట్టి ఇలా సర్కస్ ల మీద సర్కస్ లు జరుగుతుంటే, ఓ తమాషా సంఘటన చోటు చేసుకుంది. మాకు ఈత ఈదడంలో నైపుణ్యం పెరిగింది. నేను, మార్క్ కలిసి మిగతా వాళ్లతో సమానంగా ఈదటం మొదలు పెట్టాం. వైఫల్యానికి వేసే ఓ శిక్షలాగా మొదలైన సర్కస్ కార్యక్రమం వల్ల మేం మరింత సుదృఢం అయ్యాము. మరింత వడీ, వేగం

పుంజుకోగలిగాం. నీళ్లల్లోకి దూకేటప్పుడు మరింత ఆత్మవిశ్వాసంతో ముందుకు ఉరికేవాళ్ళం. మిగతా విద్యార్థులు శిక్షణ నుంచి పక్కకు తప్పుకోవటం మొదలు పెడితే. నేను, మార్క్ మాత్రం పట్టుదలతో ముందుకు సాగే వాళ్ళం- మిగతా విద్యార్థులు అడపాదడపా వచ్చే వైఫల్యాలను జీర్ణించుకోలేక, బాధకు క్రుంగి తప్పుకునే వాళ్ళు. మేం మాత్రం అందుకు భిన్నంగా సర్కస్ కి ఎదురొడ్డి నిలిచాం. ధైర్యంగా ముందుకు సాగాం.

నెమ్మదిగా శిక్షణా కాలం చివరికి వచ్చేశాము మేం. ఇంకొక్క ఓపెన్ స్విమ్ కార్యక్రమం మిగిలిపోయింది. ఐదు మైళ్ల దూరం . సాన్ క్లెమెంట్ దీవులకి దగ్గరలో అది పూర్తి చేయాలి. సీల్ శిక్షణలో ఉత్తీర్ణులు అవాలంటే దాన్ని పూర్తిచేయటం తప్పనిసరి. నిర్దేశిత సమయంలోనే పూర్తి చేయాలి.

మేం ఈత కొట్టబోయే జలాల్లోకి దిగితే, నీళ్లు జివ్వున లాగుతున్నాయి- అంత చల్లగా ఉన్నాయి. మేం గట్టు మీద నుంచి నీళ్ళలోకి దూకాం. పదిహేను జంటలు. ఇందులో పాల్గొన్నాయి. ఈత మొదలు పెట్టారు. ఆ తీరం చాలా చిన్నదే. చిన్న చిన్న నాచు మొక్కల మీద దాటుకుంటూ ఈదటం మొదలు పెట్టాం. రెండు గంటల తర్వాత ఈదుతున్న జంటలన్నీ చెల్లా చెదురు అయిపోయాయి. మనం ఎక్కడ ఉన్నామో కూడా చెప్పలేనట్లుగా ఉన్నాం. నాలుగు గంటలు ఈదిన తర్వాత మా నరాలు చచ్చుబడ్డట్లు అయ్యాయి. పూర్తిగా అలిసిపోయాం. శరీర ఉష్ణోగ్రత పూర్తిగా తగ్గిపోయింది. నేనూ, మార్క్ థామస్ బీచ్ దాటి ఒడ్డుకు చేరుకున్నాం. ఆ చివర్లో మా శిక్షకుడు ఉన్నాడు. మా కోసమే ఎదురుచూస్తూ –

“ఆగండి”. అరిచాడు మా శిక్షకుడు. నా కాళ్లూ చేతులూ చల్లగా అయిపోయాయి. ఎంత చల్లగా అయ్యాయంటే నా పాదాల క్రింద ఉన్న ఇసుక ఉనికి కూడా నాకు తెలీటం లేదు- నా తలను నిటారుగా ఉంచటానికి

నేను విశ్వ ప్రయత్నం చేస్తున్నసమయం కావటంతో నాకు మా శిక్షకుడి బూట్లు తప్ప ఇంకేం కనబడట్లేదు. అది కూడా అతను నాకు మార్క్ కి చుట్టూ తిరుగుతూ దగ్గరకు రావడం వల్ల గమనించగలిగాను.

"మళ్లీ మీ ఇద్దరూ మీ క్లాస్ లోని విద్యార్థులకి తలవంపులు తెచ్చారు" అన్నాడు మా శిక్షకుడు. నా చుట్టూ ఇంకొన్ని బూట్ల జతలు ప్రత్యక్షం కాసాగినై. ఒక శిక్షకుడు తర్వాత ఇంకో శిక్షకుడు. ఇలా చాలా మంది మా చుట్టూ చేరారు. "మీ బృందంలోని మిగతా సభ్యులకు అవమానం తెచ్చారు మీరు". అన్నాడు మళ్లీ మా శిక్షకుడు, అని ఆగాడు. "కొంచెం సేద తీరండి మిత్రులారా!" అన్నాడు.

నేనూ, మార్క్ నెమ్మదిగా మామూలు మనుషులం అయ్యాక. బీచ్ చుట్టూ చూశాము. ఈత పూర్తి చేసిన మొదటి జంట మేమే అని మాకు అర్థం అయ్యింది.

"మీరు వాళ్లకి ఇబ్బంది కల్గించారు. సరేనా..?" అన్నాడు చిర్నవ్వు నవ్వుతూ మా శిక్షకుడు. మాకు కనుచూపుమేరలో మరో జంట కనబడటం లేదు ఎక్కడా.

నేనూ, మార్క్ మళ్లీ సముద్రం వైపు మా దృష్టి సారించాము. నిజంగానే. ఆ దరిదాపుల్లో ఎవ్వరూ లేరు.

"బాగా ప్రయత్నించారు. మిత్రులారా... మీరు చూపించిన శ్రద్ధ, పడిన కష్టం వృధా పోలేదు ఈ సారి". అన్నాడాయన అని ఆగాడు- ముందుకు మా దగ్గరకి వచ్చి, మాతో కరచాలనం చేశాడు. "మీరు "టీమ్స్" బృందంలో చేరినప్పుడు మీతో పనిచేసే అవకాశం కలగటం ఓ అరుదైన గౌరవంగా భావిస్తాను" అన్నాడు అతను –

మేం సాధించాం. ఈ సుదీర్ఘమైన ఈత పోటీలో నెగ్గుకొచ్చాం. మా శిక్షణలో అతి కష్టతరమైన ఘట్టం ఇదే. కొన్ని రోజుల తర్వాత. నేను, యార్క్ శిక్షణ పూర్తి చేసుకుని గ్రాడ్యుయేషన్ పట్టా పొందడం జరిగింది.

ఆ తర్వాత, మార్క్ సీల్ టీమ్స్ బృందంలో అద్భుతంగా రాణించాడు వృత్తిపరంగా. ఈ రోజుకీ– అతనూ, నేనూ చాలా మంచి మిత్రులుగానే ఉన్నాం.

జీవితంలో మనం ఎన్నో సర్కస్ లను ఎదుర్కోవాల్సి ఉంటుంది. వైఫల్యాలకు తగిన మూల్యం చెల్లించాల్సిరావచ్చు... కానీ అలాగే... కష్టపడటం కొనసాగిస్తే... ఆ అపజయాలూ, వైఫల్యాలే మీకు విజయ సోపానాల క్రింద మారతాయి– మీకు ఎన్నో పాఠాలు నేర్పిస్తాయి. మనుషులుగా మీరు మరింత గట్టి పడతారు. జీవితంలో ఎలాంటి కఠిన పరీక్షలకైనా ఎదుర్కోనడానికి మీరు సిద్ధపడతారు –

అలాంటి కఠిన పరీక్షే మాకు జులై, 1983 లో ఎదురైంది. నేను మా కమాండింగ్ ఆఫీసర్ ఎదురుగా నుంచుని ఉన్నాను. నావికాదళంలో సీల్ బృందంలో నా వృత్తి పరమైన జీవితానికి అదే చివరి ఘట్టం అని నేను భావించాను. నన్ను నా సీల్ స్క్వాడ్రన్ బృందంలోంచి తొలగించటం జరిగింది. ఎందుకంటే మా స్క్వాడ్రన్ పనిచేసే విధానాన్ని శిక్షణ క్రమాన్నిఅది వివిధ పరీక్షల్లో పాల్గొనే విధివిధానాలను మార్చడానికి ప్రయత్నించినందువల్ల నా మీద వేటు పడింది. మా స్క్వాడ్రన్ లో చాలా అద్భుతంగా పని చేసే అధికారులుండేవారు. చాలా అనుభవజ్ఞులైన, సుశిక్షితులైన యోధులు వాళ్లంతా. ఇంకా, ఆ శిక్షణా కార్యక్రమాలను గమనిస్తే, ఇంకా వియత్నాం యుద్ధం నాటి పాత చింతకాయ పచ్చడి విధానాలే కొనసాగడం తెలుస్తుంది మనకు. దాన్ని మార్చాల్సిన అవసరం ఉందని నేను భావించాను. అయితే మార్పు అంత తేలికగా కాదని, నాకు త్వరలోనే అర్థమైపోయింది. ముఖ్యంగా బాధ్యుడైన ఓ అధికారికి, మార్పును తేవటం మరీ కష్టం–

అదృష్టవశాత్తూ, నన్ను స్క్వాడ్రన్ లోంచి తొలగిస్తూ ఉత్తర్వులు జారీ చేసినప్పటికీ, మా కమాండింగ్ ఆఫీసర్ నన్ను వేరే సీల్ బృందంలోకి బదిలీ

చేయటానికి అనుమతించాడు. కానీ ఒక సీల్ అధికారిగా నా పేరు ప్రఖ్యాతులు బాగా దెబ్బతిన్నాయి- నేను ఎక్కడికి వెళ్లినా, అక్కడి అధికారులు, మిగతా సైనిక సిబ్బందీ, నా వెనకాలే చెవులు కొరుక్కునేవారు. ఓ సీల్ అధికారిగా నా వైఫల్యాలను గురించి గుసగుసలాడటం, గొణగటం చేసేవారు. సీల్ లో పని చేయటానికి నేను పనికి రాను అనే మాటలే ఎల్లెడలా విన్పించేవి.

నా వృత్తి జీవితంలో నా ముందు రెండు మార్గాలు మిగిలాయి: ఒకటి- సైన్యంలోంచి వైదొలగి, మామూలు పౌరుడిగా జీవితాన్ని కొనసాగించటం... (ఇదే నాకు సులభం. ఎందుకంటే అధికారిగా, నా అర్హత గురించి వెలువడిన నివేదిక నాకు విరుద్ధంగా ఉంది కాబట్టి)

లేదా

రెండు. ఈ సవాల్ కి ఎదురొడ్డి నిలిచి, మిగతా వాళ్లందరికీ. నాకు కూడా. నేను ఉత్తమమైన సీల్ అధికారినని నిరూపించుకోవటం...

– నేను రెండో మార్గాన్ని ఎంచుకున్నాను. నన్ను స్క్వాడ్రన్ లోంచి తొలగించిన తర్వాత నాకు మరో అవకాశం ఇచ్చారు. విదేశాల్లో సీల్ ప్లాటూన్ (దళం) లో నన్ను నియమించే నిర్ణయం తీసుకున్నారు. దాంతో నాకు మరో అవకాశం దొరికింది. అలా విదేశాల్లో నియోగింపబడిన సందర్భాల్లో చాలా సార్లు నేను మారుమూల ప్రాంతాల్లో పని చేయాల్సి వచ్చింది. ఏకాకులుగా ఉండేవాళ్లం. తోడు ఎవరూ ఉండేవాళ్లు కాదు. ఇదే నేను అదనుగా భావించి, నాకు నేను మరోసారి సర్ది చెప్పుకుని, నా సామర్థ్యాన్ని, నాయకత్వ లక్షణాలను ప్రదర్శించే ప్రయత్నం చేశాను- పన్నెండు సీల్ బృందాలతో కలిసి మెలిసి పని చేసే సమయంలో మనం కూడా దాగలేము. దాచుకోవడానికి ఏమీ ఉండదు. ఉదయం పూట చేసే కసరత్తుల్లోనూ, మీరు వంద శాతం దేహ దారుఢ్యంతో ఉన్నారా లేదా

తెలిసిపోతుంది. విమానంలోంచి దూకడానికి మీరు ముందు వరుసలో ఉన్నారా లేదా. అలాగే మెస్ దగ్గర భోజన శాలలో చివరిగా ఉన్నారా లేదా. అన్నీ గమనిస్తూ ఉంటారు. అంటే తిండికి తిమ్మరాజు. పనికి పోతురాజు అనే దానికి పూర్తి విరుద్ధం ఇది. మన ఆయుధాలను మనం చక్కగా శుభ్రంగా, పొందికగా ఉంచుతున్నామా లేదా అని కూడా నిశితంగా గమనిస్తారు. మన రేడియోసెట్ ని తనిఖీ చేస్తారు. మన తెలివితేటల్ని అంచనా వేస్తూ ఉంటారు. సైనిక దళాల సమావేశాలకు మనల్ని సర్వసన్నద్ధంగా ఉంచుతారు– మరుసటి రోజు శిక్షణకి అన్నీ నేర్చుకుని సిద్ధమయ్యామా లేదా అనేది వాళ్లకి ఇట్టే తెలిసిపోతుంది–

విదేశాల్లో నన్ను నియమించి నెలలు గడిచేకొద్దీ, నా గత వైఫల్యాల నుంచి నేను స్ఫూర్తి పొంది ముందుకు సాగే వాడిని. రెట్టించిన ఉత్సాహంతో, పనితనంతో ప్లాటూన్ లో అందరికంటే ముందుండటానికి విశ్వప్రయత్నం చేసేవాడిని. ఒక్కోసారి అందరికంటే ఉత్తముడిగా నిలవలేకపోయినా, నా ప్రయత్న లోపం మాత్రం ఉండేది కాదు.

అనతికాలంలోనే నేను అందరి ప్రశంసలూ, మెప్పూ పొందగలిగాను. చాలా సంవత్సరాల తర్వాత, నన్ను ఓ సీల్ బృందానికి. స్వతంత్ర అధిపతిగా నియమించారు. చివరికి పశ్చిమతీరంలోని అన్ని సీల్ దళాలకూ నేనే అధిపతిగా వ్యవహరించే స్థాయి వరకూ వెళ్లాను.

2003 నాటి కల్లా నేను ఇరాక్ యుద్ధంలోనూ, ఆఫ్ఘనిస్తాన్ లోని యుద్ధ బృందాల్లోనూ నియమించ బడ్డాను. ఇప్పుడు నేను ఏక నక్షత్ర యుద్ధ అడ్మిరల్ గా ఎదిగిన నేపథ్యంలో, నేను తీసుకునే ప్రతీ నిర్ణయానికీ, కొన్ని పరిణామాలు, పర్యవసానాలు వెన్నంటి ఉండేవి– కొన్నిసంవత్సరాలపాటు నేను అక్కడక్కడా తడబడ్డ మాట వాస్తవమే. కానీ, నేను విఫలం అయిన ప్రతీసారీ, తప్పు చేసిన ప్రతీసారీ. తలపైకెత్తి అంతకు ఎన్నో రెట్ల

విజయాలూ/ గెలుపులూ కూడా సాధించాను/చవిచూశాను. బందీలను విడిపించటం, ఆత్మాహుతి దళాలను నిలవరించటం, సముద్ర దొంగలను పట్టుకోవటం టెర్రరిస్టుల్ని చంపటం, ఎన్నో అమాయక ప్రాణాలను కాపాడటం. ఇలా ఎన్నో చెప్పుకోదగ్గ విజయాలు కూడా సాధించాను.

గతంలో నేను పొందిన వైఫల్యాలే నన్ను కరుకుగా తయారు చేశాయని, చేయడానికి తోడ్పడ్డాయనీ నాకు అర్థం అయ్యింది. తప్పులకీ, లోపాలకీ ఎవ్వరూ అతీతులు కారని నాకు అర్థం అయ్యింది. నిజమైన నాయకుడు వాళ్ల వైఫల్యాల నుంచి పాఠాలు నేర్చుకుని తీరాలి. ఆ పాఠాలను స్ఫూర్తిగా మలుచుకుని వాళ్లను వాళ్లే మరింత బాగా పని చేసేందుకు ప్రేరేపించుకోవాలి. మళ్లీ ప్రయత్నించడానికి ఎప్పుడూ భయపడకూడదు. మరింత కఠోర నిర్ణయాలు తీసుకోవటానికి వెనుకాడకూడదు.

మీరు సర్కస్ నుంచి తప్పించుకోలేరు. జీవితంలో ఏదో ఒక సమయంలో మనం అందరం అందులో చేరాల్సిన వాళ్లమే. అందుకే సర్కస్ ను చూసి భయపడకండి –

ఆరో అధ్యాయం

మీరు ధైర్యంగా ముందుకు దూకాలి

ప్రపంచాన్ని జయించాలంటే

అవరోధాల్ని ఎదుర్కోండి – ముఖాముఖి –

ముప్పై అడుగుల టవర్ అది. దాని అంచుల్లో నుంచున్నాను నేను. దృఢమైన నైలాన్ త్రాడుని చేతిలోకి తీసుకున్న. ఆ త్రాడు యొక్క ఒక అంచు టవర్ కి కట్టబడి ఉంది. రెండో అంచు నేల మీద ఓ వంద అడుగుల దూరంలో ఉన్న ఓ స్తంభానికి కట్టేశారు. నేను సీల్ అవరోధాల శిక్షణా కార్యక్రమంలో సగం పూర్తి చేశాను. చాలా వేగంగా శిక్షణ పూర్తి చేసుకుంటున్నాను. అక్కడ ఉన్న గీత మీద కాళ్లు ఊపడం మొదలు పెట్టాన్నేను. నెమ్మదిగా ప్లాట్ ఫామ్ చివరకు రావడానికి సిద్ధం అవుతున్నాను. నా శరీరం ఆ త్రాడు కింద వేళ్లాడుతోంది. గొంగళి పురుగులాగా నెమ్మదిగా కదులుతున్నాను నేను– అడుగులో అడుగు వేసుకుంటూ రెండో వైపు కదలుతున్నాను –

రెండో వైపు చేరే సరికి లైన్ మీద నా పట్టు సడలించాను. మెత్తటి ఇసుకలోకి జారాను. నెమ్మదిగా రెండో అవరోధం వైపు పరిగెత్తాను. నా క్లాస్ లోని మిగతా శిక్షణార్థులు పెద్దగా అరుస్తూ నన్ను ఉత్సాహపరచడం మొదలు పెట్టారు. మా సీల్ శిక్షకుడు మినిట్స్ నాకు పెట్టిన “స్లైడ్ ఫర్ లైఫ్” (జీవన జ్యోతి) అనే పరీక్ష వల్ల చాలా సమయం వృధా అయ్యింది. నేను అవలంబించిన నిమ్మకునీరెత్తిన పద్ధతి బాగా తక్కువ వేగం కలది కావటం వల్ల అంత పెద్ద తాడుని పట్టుకుని దూకడానికి సమయం పట్టింది. కానీ, ఆ దూకడంలో తల ముందుకు పెట్టి దూకడాన్ని కమాండో స్టైల్ అంటారు. అది చాలా వేగం కల పద్దతే కానీ అందులో ప్రమాదం పాళ్లు కూడా ఎక్కువే.

త్రాడు పై భాగంలో ఉన్నప్పుడు మనకు స్థిరత్వం ఎక్కువ ఉండదు. అందువల్ల అప్పుడు గానీ క్రింద పడి గాయాలు అయితే, మీరు క్లాస్ లోంచి బయటకు వెళ్ళిపోయినట్టే.

నేను ఫినిష్ లైన్ దాటాను. కానీ చాలా ఎక్కువ సమయం పట్టటం నన్ను నిరుత్సాహపరిచింది. నేను అలిసిపోయి కొంచెం ముందుకు వంగి ఊపిరి పీల్చుకునేలోపు ఓ వియత్నాం యుద్ధ వీరుడు, బాగా అనుభవజ్ఞుడు. బాగా జుట్టు నెరిసి ఉంది, నా వెనుక వైపు నుంచి మీదికి వంగాడు. ఆయన బూట్లు నీట్ గా పాలిష్ చేసి ఉన్నాయి. గ్రీన్ యూనిఫామ్ చక్కగా గంజి పెట్టి తళతళా మెరిసి పోతుంది. "మీరు ఎప్పుడు. నేర్చుకుంటారు మార్క్ గారు..?" అన్నాడు. అతని స్వరంలో ఓ హేళన, ధిక్కారం మేళవించి ఉన్నాయి. "మీ శిక్షణ లోని ఈ అవరోధాల కోర్సు మిమ్మల్ని సతాయిస్తూనే ఉంటుంది. మీరు రిస్క్ తీసుకుంటే తప్ప..."

ఓ వారం తర్వాత, నా భయాలన్నీ పక్కన పెట్టి తాడు పైకి ఎక్కాను. తల క్రిందికి పెట్టి స్లైడ్ ఫర్ లైఫ్ పోటీ మొదలు పెట్టాను. ఫినిష్ లైన్ క్రాస్ చేశాను. ఈ సారి నా టైమింగ్ చాలా బావుంది. అదే నా అత్యుత్తమ టైమింగ్. దాన్ని చూసి. ఆ వియత్నాం మాజీ యుద్ధ వీరుడు కూడా అంగీకారసూచకంగా తలాడించడం గమనించగలిగాను నేను. ఇందులో పెద్ద బ్రహ్మ విద్య ఏమీలేదు. మీ ఆందోళనలన్నీ, భయాలనీ ఆవలకి నెట్టి మీ సామర్థ్యం మీద మీ నమ్మకాన్ని కోల్పోకూడదు. నేను నేర్చుకున్న ఈ పాఠం నాకు జీవితంలో ముందు ముందు చాలా ఉపయోగపడింది–

2004, ఇరాక్ రేడియోలో అవతలి వైపు స్వరం చాలా ప్రశాంతంగా ఉంది. కానీ ఆ స్వరంలో ఓ రకమైన ఆతురత ధ్వనిస్తోంది. మేం వెతుకుతున్న ముగ్గురు బందీలు ఎక్కడున్నారో తెలిసిపోయింది. వారిని అల్ ఖైదా తీవ్రవాదులు బాగ్దాద్ నగరం వెలుపల ఉన్న ఓ పాడుబడ్డ భవన

ప్రాంగణంలో ఉంచారు. దురదృష్టవశాత్తు ఇంటెలిజెన్స్ వర్గాల సమాచారం ప్రకారం ఆ ముగ్గుర్నీ తీవ్రవాదులు ఎక్కడికో తీసుకు వెళ్తున్నట్టుగా తెలిసింది. అందువల్ల మేం తక్షణం ప్రతిస్పందిం చాల్సిన అవసరం ఏర్పడింది .

ఈ బందీలను సురక్షితంగా కాపాడే బాధ్యత ఓ ఆర్మీ లెఫ్టినెంట్ కి అప్పగించారు- పట్టపగలే మనం ఉగ్రవాదుల మీద దాడి చేయాల్సి ఉంటుందని ఆయన నాతో అన్నారు. ఇది చాలదన్నట్టుగా, ఈ బందీల రక్షణ కార్యక్రమానికి బ్లాక్ హెలికాప్టర్ లను తీసుకుని తగినంత సైనిక సిబ్బందితో ఆ బందీలను బంధించిన ఆ ఇరుకు ప్రాంగణంలో దిగాలని చెప్పారు. అలా అయితేనే బందీలను విడిపించటంలో మేం కృతకృత్యులం కాగలం- మాకు ఉన్న వివిధ ప్రత్యామ్నాయ మార్గాల గురించి మేం కూలంకషంగా చర్చించాం. కానీ, కల్నల్ గారు చెప్పిందే సబబుగా తోస్తోంది. రాత్రి పూట బందీలను కాపాడే చర్యని ఉపక్రమించటం మంచిదే కానీ, అలా చేసేటప్పుడు, చెప్పాపెట్టకుండా చేయాలి. పరిస్థితులు మనకు అనుకూలంగా ఉంటాయి. కానీ. ఈ పగటిపూట దాడి- ఓ అరుదైన అవకాశం ఇప్పుడు గనుక మేం రంగంలోకి దూకక పోతే ఆ బందీలను వేరే చోటికి తరలించటమో, చంపేయటమో ఖచ్చితంగా జరిగి తీరుతుంది –

నేను ఆ విడిపించే మిషన్ కి నా అంగీకారం తెలియజేశాను. కొన్ని నిముషాల్లోనే మా రక్షక బృందాలన్నీ మూడు నల్ల హాక్ హెలికాప్టర్లలో ఎక్కేశారు ఆ ప్రాంతానికి పయనమయ్యేందుకు. ఈ మూడు హెలికాప్టర్లకు ఎత్తులో ఇంకో మరో హెలికాప్టర్ కూడా బయలుదేరింది. ఆ హెలికాప్టర్ నుంచి మా హెలికాప్టర్స్ కి మా రక్షణ కార్యక్రమాన్ని వీడియో ద్వారా చిత్రాలను అందించే పని చేస్తుంది. నేను మౌనంగా గమనిస్తూ ఉండిపోయాను. మూడు హెలికాప్టర్లూ ఆ ఎడారిలోంచి నేలకు కొంచెం

ఎత్తులో పైకి లేచి వెళ్లసాగాయి. వాటి ఎగిరే మార్గం కొంచెం రహస్యంగా ఉంచాలని –

బహిరంగ ప్రాంగణంలో ఓ మనిషి నిలబడి ఉన్నాడు. అతని చేతిలో ఓ ఆటోమేటిక్ ఆయుధం ఉంది– అతను భవనంలోంచి బయటకీ లోపలికీ తిరుగుతున్నాడు– బహుశా వెళ్ళిపోవడానికి ఉద్యుక్తుడవుతున్నాడనుకుంటాను– హెలికాప్టర్లు బయలుదేరి అయిదు నిముషాలు అవుతోంది, నేను హెడ్ క్వార్టర్స్ లోనే ఉన్నాను. నేను చేయగలిగిందల్లా మా మధ్య నడుస్తున్న సమాచారాన్ని వింటూ ఉండిపోయాను. మా రక్షణ బృందాలు, చివరి ప్రయత్నాల్లో మునిగిపోయాయి. నేను పర్యవేక్షించిన బందీలను విడిపించే కార్యక్రమాల్లో ఇదే మొదటిది కాదు. ఇదే ఆఖరిది కూడా కాకపోవచ్చు. కానీ, అత్యంత సాహసోపేతమైన రక్షణ మిషన్ లలో ఇది అగ్ర తాంబూలం అందుకుంటుందని మాత్రం ఖచ్చితంగా చెప్పగలను. ఎందుకంటే, ఆ ప్రాంగణంలో మేం హఠాత్తుగా దిగాలి. ఆర్మీ ఏవియేషన్ యూనిట్ లో పనిచేసే పైలట్ లు అద్భుతమైన ప్రజ్ఞ కలవారే కానీ, ఇందులో పెనుప్రమాదం పొంచి ఉందని అందరికీ తెలుసు. మూడు హెలికాప్టర్లు గాలిలో ఎగురుతున్నాయి. హెలికాప్టర్ బ్లేడ్ లు అరవై అడుగుల కంటె ఎక్కువ పొడుగున్నాయి. గాలిలో ఎగురుతున్నాయి. కానీ. అవి దిగబోయే ప్రాంగణం కేవలం కొన్ని అంగుళాల స్థలమే ఉంది. ఇది చాలదన్నట్టుగా. ఎనిమిదడుగుల ఎత్తైన ఇటుకల గోడ ఆ ప్రాంగణం చుట్టూ ఉంది. దాని వల్ల పైలట్ లు తాము దిగే మార్గాన్ని మార్చాల్సి రావచ్చు. నాకు రేడియోలో వినిపిస్తున్నాయి. మా రెస్క్యూ బృందం ఆఖరి యుద్ధానికి సిద్ధం అవుతున్న శబ్దాలూ, హడావుడీ –

నాకు కన్పిస్తున్న వీడియోలో హెలికాప్టర్లు ఎలా పయనిస్తున్నాయో కన్పిస్తోంది. మొదటి హెలికాప్టర్ నేలబారుగా దిగింది. మళ్లీ గోడ మీద

నుంచి నెమ్మదిగా పైకి లేచి ఆ చిన్న పెరట్లో దిగింది. వెంటనే అందులోంచి మా రక్షణ బృందం బిలబిల మంటూ దిగింది. భవనంలోకి పరిగెత్తారు. రెండో హెలికాప్టర్ మొదటి దాని వెనుకనే వెళ్లి దానికి కొన్ని అడుగు దూరంలోనే దిగింది. ఆ రెండింటి నుంచి చాలా దుమ్ము గాల్లోకి లేచింది. మేఘాలు మేఘాలుగా తయారై ఆకాశంలోకి వెళ్ళి మూడో హెలికాప్టర్ ఆ ప్రాంగణంలో దిగే సమయానికి అంతా దుమ్ము ఆవరించింది. అందువల్ల పైలెట్ సరిగ్గా చూడలేక పోయాడు. అందువల్ల హెలికాప్టర్ వెనుక చక్రం ఎనిమిది అడుగుల గోడమీద నుంచి దాటి దూకే సమయంలో గోడకి తగిలి, ఇటుకలన్నీ విరిగిపోయి చెల్లాచెదురుగా పడిపోయాయి. ఇంక స్థలం లేక పోవడంతో హెలికాప్టర్ ధడేల్ మనే శబ్దంతో నేల మీదికి దిగిపోయింది. అదృష్టవశాత్తూ, ఎవరికీ ఎటువంటి గాయాలు తగల్లేదు –

కొన్ని నిముషాల తర్వాత బందీలందరూ క్షేమంగానే ఉన్నారన్న వార్త నాకు చేరింది. మరో ముప్పై నిముషాల్లో మా రక్షణ బృందం, విడిపించబడ్డ బందీలు, అందరూ కలిసి జాగ్రత్తగా బయట పడ్డారు. మా ఎత్తుగడ బాగానే పారింది. ఇలాంటి ప్రత్యేక ఆపరేషన్ లు చేపట్టాలంటే రిస్క్ ఏ స్థాయిలో ఉందో అంచనా వేయటం చాలా ముఖ్యమైన నాకు అర్థం అవడానికి ఆ తర్వాతి దశాబ్దం అంతా పట్టింది. ఇలాంటి వాటిల్లో పాల్గొనే రక్షణ సిబ్బంది వారి పని సామర్థ్యాన్ని అంతకంతకూ పెంచుకుంటూ పోతేనే విజయం సాధించగలరు అన్నది స్పష్టంగా తెలియవచ్చింది. ఇందువల్లే వాళ్లకు ప్రత్యేక ప్రాధాన్యత ఇవ్వడం జరుగుతుందని కూడా నాకు అర్థం అయ్యింది. కానీ బయటి ప్రపంచానికి తెలీని విషయం ఏమిటంటే ఈ రిస్క్ ని మేం ముందుగానే లెక్కిస్తాము, అంచనా వేస్తాం. దానిలోని లోటుపాట్లూ, కష్టనష్టాలు జాగ్రత్తగా బేరీజు వేసుకుంటాం. పకడ్బందీగా ప్రణాళికలు రచిస్తాం. రక్షణ కార్యక్రమంలో పాల్గొనే సిబ్బంది చేష్టలు చర్యలు

అప్పటికప్పుడు నిర్ణయించి తీసుకునేవే అయినా వాళ్ల హద్దులూ, పరిమితులూ వాళ్ళకు తెలుసు. వాళ్లల్లో వాళ్లకి నమ్మకం ఉండి, ముందుకు సాగుతూ ఉంటారు. అంతే –

నేను సైన్యంలో పనిచేసిన కాలమంతా బ్రిటిష్ స్పెషల్ ఎయిర్ సర్వీస్ అంటే నాకు ప్రత్యేకమైన గౌరవం ఉండేది. దాన్ని SAS అని పిలిచేవారు. దాని నినాదం. "ఎవడైతే తెగిస్తాడో. వాడే విజేత అవుతాడు!"

ఈ నినాదాన్ని అందరూ చాలా ఇష్టపడేవారు. పొగిడేవారు. బిన్ లాడెన్ మీద దాడి సమయంలో మా కమాండ్ సార్జెంట్ మేజర్ అయిన క్రిస్ ఫేరిస్, సీల్ బృందాలకు దీన్ని తరచూ ఉటంకిస్తూ ఉండేవాడు. నాకైతే. ఆ నినాదం కేవలం బ్రిటిష్ స్పెషల్ సర్వీస్ కే పరిమితం అన్పించలేదు. మనలో ప్రతి ఒక్కరిదీ అదే నినాదం కావాలని నా భావన.

జీవితం అంటేనే పోరాటం. అందులో ఓడిపోవడానికీ, విఫలం అవ్వడానికీ ఎప్పుడూ అవకాశం ఉంటుంది. కానీ. అలా అయిన పరాజయాన్ని తలుచుకుని భయపడుతూ కూర్చుంటే లేదా కష్టాల్ని తల్చుకుని బాధపడ్తూ ఉంటే, లేదా ఏదైనా ఇబ్బందులు ఎదురౌతాయని వెనకడుగువేస్తే, వారి సామర్థ్యం వాళ్లకు ఎప్పటికీ తెలీకుండాపోతుంది. మీ పని సామర్థ్యాన్ని మెరుగు పరుచుకోకుండా వాటి స్థాయిని పెంచకుండా తాడు పట్టుకుని దూకేటపుడు నిట్టనిలువుగా తల ముందు పెట్టి దూకే సాహసం చేయకపోతే, పెద్దగా తెగించకపోతే. జీవితంలో ఏది సాధ్యపడుతుందో మీకు ఎన్నటికీ తెలీకుండా ఉండిపోతుంది.

ఏడో అధ్యాయం

(బెదిరించే వాళ్లను ధైర్యంగా ఎదుర్కోండి ప్రపంచాన్ని మార్చాలంటే... మతలబుగాళ్ళ నుంచి పారిపోకండి)

మీరు ప్రపంచాన్ని మార్చాలనుకుంటే...

సొరచేపలకీ... లేదా భయపెట్టేవారికీ ఏమాత్రం భయపడకండి

శాన్ క్లెమెంట్ దీవిని ఆనుకుని పారుతున్న సముద్ర జలాల్లో అలలు ఎగసిపడుతున్నాయి. అక్కడి నీళ్లు చాలా చల్లగా కూడా ఉన్నాయి.. మేం రాత్రిపూట ఈత మొదలు పెట్టాము. మార్క్ థామస్ నాతో పోటాపోటీగా సైడ్ స్ట్రోక్స్ లో సై అంటే సై అన్నట్టుగా సాగుతున్నాడు. మాకు ఒంటి మీద వదులుగా ఉండే ఈత దుస్తులు, ఒక మాస్క్, ఫిన్స్ (కవచాల్లాంటివి) తప్ప ఇంక వేరే ఏమీ లేవు. ప్రవాహానికి ఎదురీదుతున్నాం మేం. సాన్ క్లావెంట్ ఓ చిన్న ద్వీప కల్పం పెట్టిన తర్వాత.

నీటి ప్రవాహం దక్షిణంగా సాగుతోంది. మేం ఈత మొదలు పెట్టిన తర్వాత నావికా విభాగం వారి శిబిరంలోని లైట్లు నెమ్మదిగా దూరం అయిపోతున్నాయి, మేం ఈదుకుంటూ వెళ్లేకొద్దీ. నెమ్మదిగా ప్రధాన జలాల్లోకి వెళ్ళిపోతున్నాం ఈదుకుంటూ. ఓ గంటలోనే మేం బీచ్ నుంచి మైలు దూరం దాటి నీళ్లల్లోకి ఈదుకుంటూ వెళుతున్నాం. ఆ నీళ్లల్లో మేం ఒంటరిగా ఉన్నట్టుగా అనిపించింది. చుట్టూ ఎవ్వరూ లేరు. ఒకవేళ మా చుట్టూ ఎవరైనా ఈతగాళ్లు ఈదుతున్నా. ఆ చీకట్లోకి మాకేమీ తెలీటం లేదు –

అతని ముఖానికి ఉన్న మాస్క్ ఉన్న గ్లాస్ లోంచి మార్క్ కళ్లను నేను గమనించగలిగలుగుతున్నాను. అతని భావాలు కూడా నాలానే ఉన్నాయనుకుంటాను. మా ఇద్దరికీ తెలుసు సాన్ క్లెమెంట్ దీవిలోని నదీ జలాల్లో సొర చేపలు ఎక్కువని... సొర చేపలు అంటే మామూలువి కావు.. సముద్రంలో మనుషుల్ని మింగేసే, తినేసే.. పెద్ద పెద్ద తెల్ల సొరచేపలు అవి.

చాలా భయంకరంగా ఉంటాయి అవి. మేం ఈత మొదలు పెట్టటానికి ముందే మా సీల్ శిక్షకులు మాకు వీటిని గురించి వివరించారు. ఎలాంటి ఇబ్బందులు/ప్రమాదాలు ఆ రాత్రి పూట వాటి వల్ల ఉన్నాయో మాకు ముందే చెప్పటం జరిగింది. వీటిల్లో రకరకాలున్నాయి. చిరుత పులి లాంటి సొరచేపలు, మేకో సొరచేపలు, సుత్తి తల సొరచేపలు, ఖండిత సొరచేపలు. ఇలా చాలా రకాలున్నాయి. అన్నింటికన్నా భయంకరమైనదీ, ప్రమాదకరమైనదీ మాత్రం, పెద్ద తెల్లసొరచేప.

రాత్రిపూట ఒంటరిగా ఉండటం అంటే, అదో నరకమే చెప్పాలంటే అదీ నడి సముద్రం మధ్యలో మా కాళ్లకింద నీళ్లల్లో అతి పురాతన చరిత్రపుటలకందని జీవి ఒకటి మనల్ని కబళించడానికి సిద్ధంగా ఉందన్న భావనే వెన్నులోంచి చలి పుట్టేలా చేస్తోంది.

కానీ, మా ఇద్దరికీ సీల్ శిక్షణ పొందిన ముద్ర వేయించుకోవాలని ఒకే తహ తహ, కుతూహలం కదా, అందుకని, ఆ నిశీధి జలాల్లో అంబుధి లోని అరాచక శక్తుల్లాంటి సొరచేపలకు మేం భయపడదల్చుకోలేదు–వెన్నుచూపే సమస్యే లేదు. ఒకవేళ వాటితో గనక భీకర యుద్ధం చేయాల్సివస్తే. మేం అందుకు సిద్ధంగానే ఉన్నాం. మా లక్ష్యసాధనే ధ్యేయంగా ముందుకు సాగుతున్న మాకు ఎక్కడలేని ధైర్యం వచ్చింది. మా లక్ష్యం, చాలా సమున్నతమైనదీ గౌరవప్రదమైనదీ అని మా నమ్మకం. అదే మాకు కొండంత ధైర్యాన్నిచ్చింది. నిజంగా ధైర్యం అనేది మనిషిలో ఓ అద్భుత లక్షణం, అది ఉంటే ఏదీ మీకు అడ్డు పడదు. ఎవ్వరూ మిమ్మల్ని ఆపలేరు. ఒకవేళ, అదే గనుక లేకపోతే, అందరూ మీకు పథనిర్దేశం చేస్తారు, మిమ్మల్ని ఆటబొమ్మల్లా ఆడిస్తారు. ధైర్యం అనేదే లేకపోతే జీవితంలోని ఒడిదుడుకులు/ఇతరత్రా వ్యాపకాలు మిమ్మల్ని అతలాకుతలం చేస్తాయి –

ధైర్యం అనేదే లేకపోతే నియంతలూ, దురహంకారులూ మనుషుల మీద ఆధిపత్యం చలాయిస్తారు- ధైర్యం లేకుండా ఏ సమాజమూ/ సంఘమూ ముందుకు సాగలేదు. అభివృద్ధి సాధించలేదు. ధైర్యం అనేది లేకపోతే ప్రపంచంలో బెదిరింపు గాళ్లు తమ తలలు పైకిలేపి మనల్ని భయపెడతారు. ఒకవేళ ధైర్యం మీకు తోడుగా ఉంటే. మీరు దేన్నైనా సాధించగలరు. ధైర్యం దన్నుగా ఉంటే, మీరు చెడుని ఎదుర్కోగలరు, ఓడించగలరు –

సద్దాం హుస్సేన్, ఇరాక్ మాజీ అధ్యక్షుడు. సైనిక శిబిరంలోని ఓ పాత మంచం మీద కూర్చుని ఉన్నాడు. ఓ నారింజరంగు జంప్ సూట్ మాత్రం ఉంది అతని ఒంటి మీద. అతని ముఖం మీద ఓ వెర్రి నవ్వు తాండవిస్తోంది. అతని మొహంలో ఎలాంటి పశ్చాత్తాపంగానీ. తప్పు చేశానన్న భావన గానీ కన్పించటం లేదు. ఆ వెనుకనే నలుగురు ఇరాక్ నాయకులు సద్దాం మీద అరవటం ప్రారంభించారు. కానీ కొంచెం దూరంలో ఉన్నారు వారు అతనికి. వాళ్లని ఛీత్కారించుకున్నట్టు లెక్కపెట్టనట్లు చూశాడు సద్దాం హుస్సేన్. వాళ్ల వైపు చూసి భయంకరమైన చిర్నవ్వు నవ్వాడు సద్దాం. వాళ్లని కూర్చోమన్నట్టు సైగ చేశాడు. వారి మాజీ నియంత అంటే వాళ్లల్లో భయం పోలేదు. వాళ్లు ఒక్కొక్కళ్లూ ఒక్కో మడత కుర్చీ లాక్కుని కూర్చున్నారు. వాళ్ల అరుపులూ, హావభావాలతో కూడిన చేతి సైగలూ కొనసాగుతున్నాయి- క్రమంగా తగ్గిపోయాయి. వాళ్ల మాజీ నియంత మాట్లాడ్డం మొదలు పెట్టేసరికి –

సద్దాం హుస్సేన్ అధికారంలో ఉన్నప్పుడు, అతని చాత్ పార్టీ ఇరాక్ లోని వేల మంది షియా వర్గం వారి చావులకు కారణం అయ్యింది. పది రెట్ల కుర్దులు కూడా ఆ పార్టీ వల్ల అసువులు బాశారు. సద్దాం వ్యక్తిగతంగా

ఎంతో మంది తన సొంత జనరల్స్ నే ఉరి తీయించాడు. వాళ్ల విధేయతను శంకించి వాళ్ల ప్రాణాలు తీశాడు సద్దాం. కానీ, నేనైతే ధైర్యంగానే ఉన్నాను. సద్దాం వల్ల మాకు ఎలాంటి ప్రమాదం లేదని నా అభిప్రాయం. మా గదిలోని మిగతా ఇరాక్ నాయకులకు మాత్రం ఆ నమ్మకం ఉన్నట్టు అన్పించటం లేదు. వాళ్లకి కళ్లల్లో భయం దాగటం లేదు. స్పష్టంగా కన్పిస్తుంది అనేకంటే, తాండవిస్తుంది అనటం సబబు ఏమో! బాగ్దాద్ గజదొంగ. బాగ్దాద్ నరహంతకుడు అయిన సద్దాం, కొన్ని దశాబ్దాలపాటు వాళ్ళ జాతి మొత్తాన్ని భయభ్రాంతులకు గురిచేసి. కల్లోల వాతావణానికి కారకుడయ్యాడని మనందరికీ తెలుసు. అతడి భీకర వ్యక్తిత్వం అంటే ఇష్టపడేవాళ్లు కూడా లేకపోలేదు. వాళ్లంతా అతని అనుయాయులుగా, వ్యక్తిగత సహాయకులుగా అలాంటి నికృష్టులే చేరారు. ఆ రాక్షసులు ఎంతో మంది అమాయకుల్ని దారుణంగా చంపించి, ప్రాణాలు తీసి, మిగతా వాళ్లని దేశం వదిలి పారిపోయేలా చేశారు. ఆ నియంతనీ, ఆ క్రూరులనీ సవాల్ చేసే ధైర్యం గల వ్యక్తులు ఎవ్వరూ ఇంతకాలం ఇరాక్ లో అతనికి తారస పడలేదు. ఇప్పుడు ఈ కొత్త నాయకులు కూడా సద్దాం హుస్సేన్, చెరసాలలో నుంచి కూడా ఏమైనా చేస్తాడేమోనని భయపడుతున్నారని నేను ఖచ్చితంగా చెప్పగలను –

ఈ సమావేశం ఏర్పాటు చేయడానికి ప్రధాన ఉద్దేశ్యం సద్దాంకి అతను అధికారంలో ఎంత మాత్రం లేడు అని తెలియజేయడమే అయితే, ఆ విషయంలో ఘోరంగా విఫలం అయినట్టే. ఆ కొద్ది క్షణాల్లోనే సద్దాం అక్కడి వారిని భయపెట్టగలిగాడు. కొత్త తరం నాయకుల్లో భయాందోళనలు పెంపు చేయించగలిగాడు సద్దాం. ఇంత కౄరుడు ఇంకా ధైర్యంగా ఉన్నాడు.

ఇరాక్ నాయకులంతా గదిలోంచి ఒక్కొక్కరు వెళ్లిపోగానే నేను మా భద్రతా సిబ్బందికి సైగ చేసి చెప్పాను. మాజీ ఇరాక్ అధ్యక్షుడిని వేరే

గదిలోకి తీసుకువెళ్లమని. ఇంక అతని కోసం వచ్చే సందర్శకులు ఎవ్వరూ ఉండరు. గదిలోని భద్రతా సిబ్బందికి, అతనితో మాట్లాడవద్దని ఆదేశాలిచ్చాం.

ఆ తర్వాత నెలంతా నేనూ ప్రతీరోజూ సద్దాం హుస్సేన్ ను ఉంచిన ఆ గదికి తనిఖీకి వెళ్తూనే ఉండేవాడిని. ప్రతిరోజూ సద్దాం లేచి, నాకు అభివాదం చేసేవాడు. నేను కూడా ప్రతిరోజు అతనితో మాట్లాడకుండా, అతని కోసం ఏర్పాటు చేసిన మంచం వద్దకు వెళ్లమని సైగ చేసేవాడిని. ఇందులో అతనికి అందాల్సిన సందేశం సుస్పష్టం. అతను పూర్వంలాగా ఇప్పుడు ఓ ప్రధాన వ్యక్తి కాడు. తన చుట్టూ ఉన్న వారిని ఇంతకు ముందులాగా అతను భయపెట్టలేడు. అతని ప్రజలను ఇంక ఏ మాత్రం అతను భయభ్రాంతులకు గురి చేయలేడు. ఆ రాజభవనాలూ, ప్రాసాదాలూ అన్నీ పోయాయి. గత చరిత్ర అది .. అతని చెంచాలూ, తొత్తులూ ఎవ్వరూ లేరు ఇప్పుడు. అతనికి నమ్మిన బంటుల్లా ఉన్న సైనికాధికారులు కూడా ఎవ్వరూ లేరు, అధికారమూ లేదు. అతని పాలనకి సంకేతాలుగా నిల్చిన దర్పం, తలబిరుసుతనం, అణచివేత తత్వం. అన్నీ గంగలో కలిసిపోయాయి. ధైర్య వంతులైన, సుశిక్షితులైన అమెరికన్ సైనికులు ధీరోదాత్తులుగా అతన్ని ఎదిరించి నిలబడ్డారు ఈనాడు. అతని నియంతృత్వాన్ని సవాలు చేస్తున్నట్లుగా ఉన్నారు. ఇప్పుడు అతన్ని చూసి ఎవ్వరూ భయపడట్లేదు. లేదా అతను ఎవ్వరినీ భయపెట్టలేడు. అతని వల్ల ఎవ్వరికీ ప్రమాదం పొంచిలేదు –

ముప్పైరోజుల తర్వాత సద్దాం హుస్సేన్ ను ఓ నిర్దేశిత మిలటరీ ప్రదేశానికి తరలించాను నేను. ఇంకో సంవత్సరం తర్వాత అతని స్వదేశం వారే, ఇరాక్ ప్రజలే అతన్ని ఉరి తీశారు. వారి జాతి పట్ల అతను చేసిన అరాచక కృత్యాలకు, అమానుష కార్యాలకు ప్రతిగా ఉరి తీశారు.

బెదిరించే వాళ్ళంతా ఒకే రకం, ఒకే తానులో ముక్కలే. స్కూల్ ఆవరణలో వాళ్లైన, పనిచేసేచోటైనా, దేశాన్ని దౌర్జన్యంగా, దుర్మార్గంగా పాలించే వాళ్లైనా. అంతా ఒక కోవకు చెందిన వారే. భయపెట్టే వాళ్లు బ్రతికేస్తారు– బ్రతుకు ఈడుస్తారు. బెదిరించే నడిపిస్తారు జీవితాన్ని. వాళ్లకు బలం మన గుండెలోని పరికితనం, భయం. వాళ్లు సొరచేపల్లాంటి వాళ్లు. నీళ్లల్లో ఉన్న వాళ్ల భయం చూసి అవి రెచ్చిపోతాయి. తమకు ఎరగా దొరికిన వ్యక్తి లేదా జంతువు భయపడి ఆందోళన పడుతుందేమో అని సొరచేప సులభంగా పసి గడుతుంది. పసిగట్టి చుట్టూ ముదుతుందట. తన ఎర బలహీనంగా ఉందా లేదా అని గమనిస్తుంది. ఒక వేళ మీరు ధైర్యంగా ఉండకపోతే అది మీమీద దాడి చేస్తుంది. మన జీవితంలో మన లక్ష్యాలను సాధించటానికి, రాత్రి పూట ఈతల్లో పాల్గొనటానికి మీరు ధైర్యం గల మనుషులై ఉండాలి. అది మనందరిలోనూ ఉంది. లోతుగా వెళ్తే తవ్వితే. అందర్లోనూ ఉంది –

ఎనిమిదో అధ్యాయం

అవసరం అయినప్పుడు అక్కరకు రండి

ప్రపంచాన్ని మార్చాలంటే...

అతి కఠిన క్షణాల్లో కూడా... అద్భుతంగా

ఉద్యమించండి – విక్రమించండి –

నేను సముద్రం ఒడ్డున చిన్న ఇసుక దిబ్బ మీద నిల్చుని ఉన్నాను. 32వ నేవల్ కేంద్రానికి సమీపంలోని ఒడ్డు దగ్గర లంగరు వేసి ఉన్న యుద్ధ నౌకల వరుసను గమనిస్తూ నుంచున్నాను. మా కేంద్రానికీ ఆ యుద్ధ నౌకలకీ మధ్యలో సాండియాగో తీరంలో ఓ చిన్న నౌక కూడా లంగరు వేసి ఉంది. ఈ సాయంత్రం అదే "లక్ష్యం". గత కొన్ని నెలలుగా మాకు ఇచ్చిన శిక్షణలో మాకు స్కూబా డైవింగ్ నేర్పిస్తున్నారు. నీళ్లల్లోకి దూకడంలో ప్రాథమిక స్థాయి అది. ఆ తర్వాత మరింత కఠినమైన, బుడగలు లేని, ఎమర్సన్ క్లోజ్డ్ సర్క్యూట్ డైవింగ్ రిగ్ మీద అభ్యాసం చేయాలి మేము ఈ రోజు రాత్రి. దూకడంలో అత్యున్నత స్థాయి. డైవ్ ఫేజ్ అనేది సీల్ శిక్షణ లో సాంకేతికంగా అతి కఠినమైన అంశం.

మా లక్ష్యం ఒక్కటే, సముద్ర జలాల్లో రెండు వేల మీటర్లు మా నావికా కేంద్రం నుంచి లంగరు వేసిన నౌక వరకూ ఈదుకుంటూ వెళ్లటమే. ఒకసారి మేం నౌక అడుగు భాగానికి చేరుకున్న తర్వాత మేం అభ్యాసం చేసిన నత్తగుల్లలాంటి చిప్పను ఓడకు అడుగున ఉన్న ఇనుప కడ్డీ లాంటి చట్రం మీద ఉంచాల్సి ఉంటుంది. ఎవ్వరూ మమ్మల్ని గమనించకుండా మళ్లీ బీచ్ కు చేరుకోవాల్సి ఉంటుంది. ఎమర్సన్ డైవింగ్ పరికరం లేదా సామాగ్రినే ఎగతాళిగా "డెత్ రిగ్" లేదా "మరణ చక్రం" అంటూ ఉండడం కూడా కద్దు. అది అప్పుడప్పుడు సరిగ్గా పనిచేయకపోవటం కూడా మామూలేనట. సీల్ శిక్షణా శిబిరాల్లో అందరూ మాట్లాడుకునేది ఏంటంటే

ఎమర్సన్ పరికరాన్ని వాడుతూ లేదా దాని మీద అభ్యాసం చేస్తూ చాలా మంది శిక్షణార్థులు గత కొన్ని సంవత్సరాలుగా ప్రాణాలు కోల్పోయారట.

రాత్రిపూట. సాండియాగో. తీరప్రాంతంలో అంత స్పష్టంగా కనబడదు. మీ కంటి ముందు చేయి కదులుతున్నా కనిపించనంత చిమ్మచీకటి ఆవరించి ఉంటుందక్కడ. మనం సముద్ర జలాల్లోపల వాడటానికి ఉపయోగించే కంపాస్ కనిపించటానికి వీలుగా మన దగ్గర ఓ చిన్న ఆకు పచ్చటి రసాయనాల లైట్ ఉంటుంది అంతే. ఇది చాలదన్నట్లుగా పొగమంచు కమ్ముకొస్తూ ఉంటుంది. తీరానికి కాస్త ఎత్తులో నేలబారుగా కూడా పొగమంచు వ్యాపించి ఉంటుంది. మన నిర్దేశిత లక్ష్యానికి చేరువగా కంపాస్ ను తీసుకువెళ్ళలేము ఆ చీకట్లో. ఒకవేళ మనం షిప్పింగ్ ఛానెల్ లోకి వెళ్లిపోతే విధ్వంసక నౌకలు మనల్ని సమీపిస్తున్నప్పుడు, అది ఎంత మాత్రం మంచిది కాదు. చాలా ప్రమాదకరం కూడా.

ఆ రోజు రాత్రి సముద్ర జలాల్లోకి ఈతకి దూకడానికి సిద్ధం అవుతున్న ఇరవై ఐదు జతల ఈతగాళ్ల ముందు సీల్ శిక్షకులు అటూ ఇటూ పరుగెత్తుతున్నారు. మేం ఎంత ఆందోళనగా ఉన్నామో మా శిక్షకులు కూడా అంతే ఆందోళనగా ఉన్నారు. వాళ్లకు తెలుసు సీల్ శిక్షణా కార్యక్రమంలోని ఈ భాగంలోనే శిక్షణార్థులకు గాయాలు తగిలే అవకాశం కానీ లేదా వారు ప్రమాదవశాత్తూ చనిపోవటానికి కానీ ఆస్కారం ఎక్కువ అని.

ఈ ఈతల పోటీ కార్యక్రమానికి ఆధ్వర్యం వహిస్తున్న చీఫ్ పెట్టీ ఆఫీసర్ అందరు ఈతగాళ్లను పిలిచి ఒక చిన్న వృత్తాకారంలో నుంచో బెట్టాడు. “మిత్రులారా..” అంటూ మొదలు పెట్టాడాయన.. “ఈ రోజు మీ నావికా బృందంలో ధైర్య వంతులెవరో, దమ్ముందని నిరూపించే వాళ్లెవరో తేలిపోతుంది” అన్నాడు. మరింత ప్రాముఖ్యం ఇవ్వడానికి అన్నట్టు ఓ

క్షణం ఆగి మళ్లీ అన్నాడు: "ఇప్పుడు చాలా చల్లగా ఉంది, చీకటిగా కూడా ఉంది. నౌక అడుగుభాగంలో ఇంకా చీకటిగా ఉంటుంది. ఎంత చీకటిగా ఉంటుందంటే, మీరు ఎటు వెళ్లున్నారో కూడా కనుక్కోలేరు. మీ ఈత నేస్తాల(స్విమ్ బడ్డీ) నుంచి మీరు వేరు పడిపోతే, అతను తిరిగి మిమ్మల్ని కనుక్కోలేడు."

అప్పటికే మా చుట్టూ పొగ మంచు ఆవరించటం మొదలుపెట్టింది. మేం నుంచున్న చోట కూడా మంచు చుట్టేయటం మొదలైంది. "ఈ రాత్రి మీరు, మీ అద్భుత నైపుణ్యాన్ని ప్రదర్శించాలి. మీ భయాలూ, అనుమానాలూ, శంకలూ, అలసటలూ, అన్నీ పక్కన పెట్టాయాలి మీరు. ఎంత చీకటిగా ఉన్నా సరే, మీరు మీ లక్ష్యాన్ని చేరుకోవాలి. మీరు అనుకున్నది సాధించాలి. అప్పుడే మీ గొప్పదనం బయట పడుతుంది. మీలో సమర్థులెవరో తేలిపోతుంది" అన్నాడు మా శిక్షకుడు. ఆయన అన్న మాటలు మరో ముప్పై ఏళ్లపాటు నా చెవుల్లో మార్మోగుతూనే ఉన్నాయి.

ఆఫ్ఘనిస్తాన్ లోని చగ్రం ఎయిర్ బేస్ చుట్టూ పొగ మంచు ఆవరిస్తోంది. నా ముందు మరో చీకటి సామ్రాజ్యం కళ్లు విప్పుతోందా అన్పించింది నాకు. అక్కడ నేల మీద ఓ పెద్ద సి-17 విమానం ఆగి ఉంది. దాని ర్యాంప్ ని క్రిందికి దించి ఉంచారు. చనిపోయిన ఓ సైనికుడి మృత శరీరాన్ని తీసుకువెళ్లటానికి- దీన్నే ర్యాంప్ సెరిమనీ లేదా కార్యక్రమం అని పిలుస్తారు. ఇరాక్, ఆఫ్ఘనిస్తాన్ యుద్ధాల్లో ఇదే అత్యంత హృదయవిదారకమైన, గుండెలు పిండేసే కార్యక్రమం. కానీ, ఇదే అత్యంత స్ఫూర్తిదాయకమైంది కూడా. ప్రతీ మగ వాడూ, మహిళా వాళ్లు ఎవ్వరైనా కానీ, వాళ్లు ఎంత విజయం సాధించినా, సాధించకపోయినా వారిని

మాత్రం ఈ సమయంలో అత్యంత గౌరవప్రదంగా చూస్తారు. ఎంతో జాగ్రత్తగా చూస్తారు. మా దేశ సైనికుల త్యాగాలను మేం ఆ విధంగా గౌరవిస్తాం, గుర్తిస్తాం. అదే వారికి ఆఖరి వందనం. మా చివరి ధన్యవాదం. మాప్రార్థన. వారిని వారి ఇళ్లకు చేర వేసేందుకు చేసే ప్రార్థన –

ఆ ర్యాంప్ లోంచి రెండు వరుసల సైనికులు దిగారు. పరేడ్ లో నిలబడ్డారు. గౌరవవందనం అర్పించటానికి సిద్ధమయ్యారు. విమానం కుడివైపు నుంచి అమేజింగ్ గ్రేస్ అన్న బాణీని (ట్యూన్) విన్పిస్తూ ఓ సైనిక బ్యాండ్ కూడా దిగింది–

నేనూ కూడా వాళ్లల్లోనే ఉన్నాను. ఎడమవైపు నుంచున్నాం. ఇంకా హ్యాంగర్ పొడుగునా కొన్ని వందల మంది సైనికులు నుంచున్నారు. నావికులు, వాయుదళ సభ్యులూ, నావికాదళాల వారూ, మామూలు సైనికులూ, మా మిత్ర దేశాల సైనికులూ, అందరూ ఉన్నారు. చివరిసారిగా శ్రద్ధాంజలి ఘటించటానికి అందరూ అక్కడికి చేరుకున్నారు.

మృతదేహాలను మోసుకొచ్చిన "హంవీ" సైనిక వాహనం సరిగ్గా సమయానికి అక్కడికి చేరుకుంది. ఆరుగురు సైనికులు మృత సైనికుల శవాల్ని మోసుకువచ్చారు. వారి దేహాల చుట్టూ మా దేశపు పతాకాన్ని కప్పారు గౌరవసూచకంగా. నెమ్మదిగా మృదువుగా. ఆ మృతదేహాల్ని గౌరవవందనం అర్పించిన సైనికుల పక్క నుంచి ర్యాంప్ మీదికి. అక్కడ్నుంచి విమానంలోకి ఎక్కించారు.

కార్గో బే మధ్యలో ఆ మృతదేహాలున్న పెట్టెని ఉంచారు. సైనిక నియమాల ప్రకారం. ఆ దేహాలకు వందనం సమర్పించడానికి. ఆ పెట్టె మొదటి భాగం దగ్గరకి పాస్టర్ వచ్చి తలవంచి ఈసయ్య 6:8 నుంచి కొన్ని పంక్తులను చదివాడు.

"అప్పుడు నేను, ప్రభువు చెప్తున్న మాటలను విన్నాను. నేను ఎవరిని పంపుతాను? మా కోసం ఎవరు వెళ్లెదరు?" అప్పుడు నేను అన్నాను. "నేను

ఉన్నాను, నన్ను పంపించండి". తర్వాత "టాప్స్" గానాన్ని ఆలపించారు. అందరి సైనికుల కళ్లల్లోంచి అశ్రుబిందువులు జల జలా జారాయి. తమ బాధను దాచుకోవడానికి ఎవ్వరూ ప్రయత్నించలేదు. శవ వాహకులు వెళ్లిపోగానే, దూరంగా నిలబడ్డవారు ఒక్కరొక్కరే వచ్చి శవపేటిక ముందు మోకాళ్ల మీద వంగి, కడసారి వీడ్కోలు పలికి ముందుకు సాగారు.

ఆ తర్వాత సి-17 విమానం వెళ్లిపోయింది. దారిలో ఇంధనాన్ని నింపుకుని డోవర్ ఎయిర్ ఫోర్స్ కేంద్రానికి చేరుకుంది. అక్కడ మరోసారి అసువులు బాసిన వీర సైనికులకు మరోసారి గౌరవవందనం సమర్పించడం జరిగింది. అక్కడ మరణించిన సైనికుల తాలూకు కుటుంబ సభ్యులతో కలిసిన తర్వాత శవపేటికను వారి వారి ఇళ్లకు తరలించారు –

మనకు ఆప్తులైన వాళ్లను కోల్పోవడం కంటే జీవితంలో విషాద ఘడియలు ఏముంటాయి ఎవరికైనా? అయినా, నేను ఈ లాంఛనాలన్నింటినీ గమనిస్తూనే ఉన్నాను. కుటుంబ సభ్యులుగా, మిలిటరీ వ్యవస్థలో భాగంగా, పట్టణాలు, నగరాలు, జాతి, దేశం. ఇలా యావత్ మానవాళి ఇలాంటి విషాదకర పరిస్థితులలో ఎలా ప్రతిస్పందిస్తాం, ఎంత సానుభూతితో మనలోని మానవీయ కోణాన్ని వెలికి తీసి, సాటి మానవులుగా ప్రవర్తిస్తాము అన్నది మనిషి జీవన పయనంలో చాలా ముఖ్యం అని నా భావన.

ఓ ప్రసిద్ధ సైనికాధికారి ఇరాక్ లో ఉగ్రవాదుల చేతిలో చంపబడినప్పుడు, అతని కవల సోదరుడు చాలా ధైర్యంగా ఆ విషాదకర సంఘటనను ఎదుర్కొనటం నాకింకా గుర్తుంది. చనిపోయిన సైనికుడి స్నేహితులను ఓదారుస్తూ కుటుంబానికి అనునయ వాక్యాలు చెబుతూ అతను ధైర్యంగా చనిపోయిన వీర సైనికుడికి నిజమైన సోదరుడు అన్పించాడు –

జార్జియాలోని సవానాలో రేంజర్ దళంలోని ఓ సైనికుడు వీర మరణం పొందినప్పుడు అతని పార్థివదేహం స్వస్థలానికి చేరుకోగానే, అతని సైనిక బృందంలోని మిగతా సభ్యులందరూ చక్కగా యూనిఫామ్ లు ధరించి చర్చ్ నుంచి రివర్ స్ట్రీట్ లోని దివంగత సైనికుడికి ఇష్టమైన బార్ వరకూ ఊరేగింపుగా వెళ్లటం కూడా నేనురుగుదును. దారి పొడుగునా సవానా నగరం మొత్తం ఆ వీర సైనికుడికి అశ్రునయనాలతో ఘన నివాళి అర్పించింది ముక్తకంఠంతో. అగ్నిమాపక సిబ్బంది, పోలీస్ అధికారులు, మాజీ సైనికాధికారులు, సాధారణ పౌరులు సమాజంలోని వివిధ రంగాల ప్రముఖులు, సామాన్య జనం అందరూ కూడా ఆఫ్ఘనిస్తాన్ లో వీర మరణం పొందిన ఆ సైనికుడికి అంతిమ వీడ్కోలు పలికారు ఆర్తితో–

అలాగే, ఆఫ్ఘనిస్తాన్ లో మరో సందర్భంలో cv–22 విమానం కూలిపోయినప్పుడు. అందులోని పైలెట్ తో సహా ఇతర సిబ్బంది కూడా దుర్మరణం పాలయ్యారు. అప్పుడు మిగిలిన వాయుసేన సభ్యులు అందరూ ఒక్కటిగా మరణించిన వారికి శ్రద్ధాంజలి ఘటించారు. మర్నాడే తమ విధులకు యథావిధిగా హాజరయ్యారు. వారికి తెలుసు, మరణించిన తమ సహోద్యోగులు కూడా, వారిని తిరిగి విధుల్లో చూడటానికి ఇష్టపడతారని. ఆగని, ఈ జీవన పయనాన్ని తిరిగి కొనసాగించక తప్పదనీను.

అలాగే, మరోసారి ఓ హెలికాప్టర్ కూలిన దుర్ఘటనలో 25 మంది ప్రత్యేకాధికారులు, ఆరుగురు నేషనల్ గార్డ్ కి చెందిన సైనికులూ అకాల మృత్యువాత పడినప్పుడు కూడా జాతి యావత్తూ వారికి నిలువెత్తు నివాళి అర్పించింది. అంతేకాదు, మరణించిన వారి ధైర్యసాహసాలనూ, దేశభక్తినీ పదే పదే స్తుతిస్తూ అలా చేయడంలో ఎంతో గౌరవాన్నీ, గర్వాన్నీ పొందడం నేనెరుగుదును –

జీవితంలో మనందరికీ ఎప్పుడో ఒకప్పుడు ఓ చీకటి క్షణం ఎదురౌతుంది. నిబిడాంధకారం ఆవరిస్తుంది ఆ క్షణంలో. మనకు ఆప్తులైన వారే కానక్కరలేదు, మనలోని అంతశ్చేతనను కుదిపేసే దుర్ఘటనలెన్నో జరుగుతూ ఉంటాయి. భవిష్యత్తు అగమ్యగోచరంగా కన్పిస్తోంది. అట్లాంటి క్షణంలోనే ధైర్యం చిక్కబట్టుకుని, గుండెలోతుల్లోకి చేరి మన ధైర్యాన్ని పైకి తీయాలి –

తొమ్మిదో అధ్యాయం

జనానికి ఆశలు రేకెత్తించండి

ప్రపంచాన్నిమార్చాలంటే...

మెడలోతు బురదలో కూరుకుపోయినా సరే –
ఆనంద గీతాల్ని ఆలపించటం నేర్చుకోండి
– అలవర్చుకోండి.

సముద్రం మీద నుంచి గంటకి ఇరవై మైళ్ల వేగంతో వీస్తున్న రాత్రి గాలి సందడి చేస్తుంది. చంద్రుడి జాడ ఎక్కడా లేదు. సంధ్యమేఘాలు ఆవరించి నక్షత్రాలన్నీ కమ్మేశాయి కనబడకుండా. నేను గుండెలోతు బురదలో కూర్చుని ఉన్నాను. ఆపాదమస్తకం బురద పూసుకుని ఉన్నాన్నేను. నాకు ఆ బురద వల్ల చూపు కూడా కొంచెం ఇబ్బందిగా ఉంది. నా చుట్టు పక్కల ఉన్న మిగతా శిక్షణార్థులు కూడా లీలగా మాత్రమే కన్పిస్తున్నారు.

హెల్ వీక్ (నరక వారం) శిక్షణలో ఆ రోజు బుధవారం. మా సీల్ శిక్షణని టిజువానా బురద ప్రదేశంలో నిర్వహిస్తారు. బురదకి పెట్టింది పేరు ఆ ప్రాంతం. సీల్ శిక్షణా కార్యక్రమంలో హెల్ వీక్ ఓ ముఖ్యమైన భాగం. ఆ ఆరు రోజుల్లో నిద్ర, విశ్రాంతి అనేవి ఉండవు. ఇది చాలదన్నట్టు శిక్షకుల నుంచి శిక్ష లాంటి వేధింపులు. సుదూర గమ్యాల వరకూ పరుగెత్తటం, సముద్రం మధ్యలో ఈతలు, అవరోధాలను దూకడం, తాడు పట్టుకుని పైకి ఎగబ్రాకటం, ఇంకా దేహదారుఢ్యానికి సంబంధించిన చిత్ర విచిత్రమైన కసరత్తులూ గాలి ఊది పెద్దవిగా చేసే పడవలను పెడలింగ్ (కాలితో తొక్కుతూ నడపటం) చేయటం. నానా గందరగోళం అంతా ఆ వారంలోనే. దీని ప్రధానోద్దేశ్యం ఒకటే, బలహీనులకి– అసమర్థులకీ. సీల్ శిక్షణలో తావు లేదని నిరూపించటమే –

గణాంకాల ప్రకారం చూస్తే హెల్ వీక్ శిక్షణలోనే ఎక్కువ మంది శిక్షణార్థులు జైహింద్ చెప్పేస్తారు. సీల్ శిక్షణాకాలం మొత్తంలో ఇక్కడ

బురద నీటి గృహాలూ, అంతకంటే రోత పుట్టించేవి, కఠినమైనవీనూ. దక్షిణ సాన్ డియాగోకి మెక్సికోకి మధ్యలో ఉంటాయి ఈ బురద ఇళ్లు. బాగా పల్లపు ప్రాంతాల్లో ఉంటాయి ఇవి. సాండియాగో నుంచి ప్రవహించే మురుగునీటి వల్ల లోతైన దట్టంగా మురుగునీటి కయ్యలాగా ఏర్పడుతుంది బురద నది లాంటిది అది.

అంతకుముందే మధ్యాహ్నం పూట మా శిక్షణా తరగతి అభ్యర్థులందరూ కొరొనాడో పట్టణం నుంచి బురద గదుల లేదా కుటీరాల దగ్గరకు పడవలు తొక్కుకుంటూ వెళ్ళినాము. రాగానే మమ్మల్ని ఆ బురుదలోకి దిగమని ఆదేశాలిచ్చారు. ఇక పోటీలు, రకరకాల బురద పోటీలు మొదలయ్యాయి –

వీటి ఉద్దేశ్యం ఒకటే. మేం వీలైనంత తడిగా, బురద పూసుకుని, నానాయాతనా అనుభవించాలి, అంతే. దేహంలోని ప్రతీ అణువుకీ బురద అయస్కాంతంలాగా అంటుకుపోసాగింది. ఆ బురద కూడా ఎంత చిక్కగా ఉందంటే ఆ బురదలో నడుస్తుంటే లేదా దిగుతుంటే మా పని అయిపోయింది, ప్రాణం కడగట్టింది. ఇక ముందుకు అడుగు వేయగలమా అనిపించింది.

మా బురదపోటీలు కొన్నిగంటల పాటు సాగాయి. సాయంత్రానికల్లా ఎముకలు కొరికేసే ఆ చలిలో అడుగు ముందుకు పడలేదు మాకు. పూర్తిగా అలిసిపోయాము. డస్సి ఉసూరుమన్నాం మేం. నెమ్మదిగా సూర్యుడు పశ్చిమాద్రిలోకి జరుగుతుంటే ఉష్ణోగ్రతలు పడిపోవడం ప్రారంభించాయి. గాలి వేగం పెరిగింది. పరిస్థితి ఇంకా దిగజారింది –

మా మనోబలం జారిపోతోంది. జావగారిపోతోంది. ఆ రోజు ఇంకా బుధవారమే మరో మూడు రోజులు గడవాలని మా అందరికీ తెలుసు. మరో మూడు రోజులు. ఈ బాధలు అనుభవించక తప్పదని అందరికీ

తెలుసు. తలుచుకుంటేనే భయంతో వణికిపోయాము మేం. చాలా మంది కుర్రాళ్లకి ఇదే జీవిత సత్యం బోధపడే ఘడియల్లా అన్పించాయి. ఒకటే వణికి పోతున్నారు అందరూ. కాళ్లూ, చేతులూ ఉబ్బిపోతున్నాయి. గంటల తరబడి పని చేయడంతో చచ్చుబడినట్లయ్యాయి. చర్మం ఎంత పెళుసుగా మారిపోయిందంటే, చిన్న కదలిక కూడా బాధాకరంగా అన్పిస్తోంది. ఇక శిక్షణ పూర్తి చేయగలుగుతాం అన్న ఆశ మా అందరిలో అడుగంట సాగింది.

దూరంగా నగరంలో దీపపు కాంతులు మినుకు మినుకుమంటున్న నేపథ్యంలో, ఓ సీల్ శిక్షకుడు బురద గుడిసెల దగ్గరికి వచ్చాడు. ఏదో ఆలోచిస్తూ వచ్చాడాయన. ఓ పాత మిత్రుడి లాగా మెగాఫోన్ లో అందరినీ ఓదార్చటం ప్రారంభించాడు. ఆయన వేడివేడి కాఫీ తాగుతూ, చికెన్ సూప్ ను కూడా సేవిస్తూ, శిక్షణార్థులు అందరినీ తీసుకోమని ఆహ్వానించాడు. సూర్యుడు వచ్చే వరకూ కొంచెం విశ్రాంతి తీసుకున్నాం. నెమ్మదిగా లేచాం. మాకు మేం సర్ది చెప్పుకున్నాం.

చాలా మంది విద్యార్థులు. అదే శిక్షణార్థులు అందరూ ఆయన ఆహ్వానాన్ని మన్నించినట్లే అనిపించారు. లేకపోతే ఈ బురదలో ఎలా బ్రతికి బట్టగలం? వెచ్చని నెగడు, వేడి వేడి కాఫీ, చికెన్ సూప్, వింటానికి చాలా బాగుంది. అసలు విషయం నెమ్మదిగా బయటపెట్టాడాయన. మేం అయిదుగురమూ శిక్షణ నుంచి పక్కకు తప్పుకోవాలట! అయిదుగురం బయటకు వెళ్ళిపోతే మిగతా క్లాస్ మొత్తం ఈ బాధ నుంచి తప్పించుకోవచ్చు. నా పక్కనున్న విద్యార్థి నెమ్మదిగా శిక్షకుడి వైపు నడవటం ప్రారంభించాడు– నేను అతని చెయ్యి పట్టుకుని గుంజాను. గట్టిగా. కానీ ఆ బురదలోంచి బయట పడాలని మాకు బాగా ఉబలాటంగా ఉంది. అతను నా నుంచి విడిపించుకుని పొడిగా ఉన్న భాగం వైపు వెళ్లటం

మొదలు పెట్టాడు. మా శిక్షకుడు చిర్నవ్వు నవ్వటం మొదలు పెట్టటం నేను గమనించాను. అతనొక్కడు వెళ్లిపోతే, అందరూ ఆ కుర్రాడ్నే అనుసరిస్తారని మా శిక్షకుడికి తెలుసు –

ఉన్నట్టుండి, గాలి హోరుని చీల్చుకుంటూ ఓ స్వరం విన్పించింది. పాటపాడుతోంది. బాగా అలిసిపోయిన స్వరం అది. కానీ అందరికీ వినబడుతోంది. మొదటగా బొంగురు గొంతులా ఉంది. కానీ, సాహిత్యం మాత్రం అందరికీ అందేలా లేదు. అందరికీ ఆ పాట బాణీ లేదా ట్యూన్ సుపరిచితమే. ఒక స్వరం రెండు స్వరాలుగా ప్రతిధ్వనించి, క్రమంగా అందరూ శ్రుతికలిపారు. పొడిగా ఉన్న నేలను వెతుక్కుంటూ వెళ్ళిన కుర్రాడు కూడా వెనక్కి తిరిగి, నా వెనుక వైపుకి వచ్చి నిలబడ్డాడు. నా చుట్టూ చేయి వేశాడు. అతను కూడా పాడటం మొదలు పెట్టాడు. మా శిక్షకుడు చేతిలోని మెగాఫోన్ తీసుకుని అందర్నీ పాట పాడటం ఆపేయాలని ఆదేశించాడు. కానీ ఎవ్వరూ ఆపలేదు. క్లాస్ లీడర్ వైపు తిరిగి అందర్నీ ఉద్దేశించి మరోసారి మా శిక్షకుడు బెదిరించటం పెరిగిన కొద్దీ, మా శిక్షణార్థుల స్వరాల స్థాయి పెరుగుతూ ఉంది. క్లాస్ మొత్తం ముక్త కంఠంతో పాడుతున్నారు–కఠినమైన ప్రతికూల పరిస్థితులు ఎదురైనప్పుడు దాన్ని ఎదుర్కోవాలన్న పట్టుదల అందరిలో మరింత సుదృఢం అవసాగింది–

ఆ చీకట్లో, వెలుగుతున్న మంట నెగడు వెలుతుర్లో, మా శిక్షకుడి ముఖంలోని చిర్నవ్వుని స్పష్టంగా గుర్తించగలిగాను నేను– మరోసారి. మాకు ఓ ముఖ్యమైన పాఠం నేర్చుకున్నట్లు అయ్యింది. ఒక వ్యక్తి స్ఫూర్తి అందించేవాడు ఉంటే, వాడి శక్తి, సామర్థ్యం అందరికీ చాలా అవసరం. అందర్నీ అదే ఏకం చేస్తుంది. ఏకముఖం చేస్తుంది. మెడలోతు బురదలో కూరుకు పోయినా సరే, ఒక వ్యక్తి గొంతెత్తి పాడగలుగుతున్నప్పుడు

మిగతావాళ్లు పాడలేరా. ఖచ్చితంగా పాడగలం. మెడలోతులో బురదలో కూరుకుపోయినవాడే ఆ చలినీ, శీతల వాతావరణాన్ని భరించగలిగినప్పుడు, ఓర్చుకోగలిగినప్పుడు. మనమూ ఓర్చుకోగలం ఖచ్చితంగా. అతను ధైర్యంగా నిలబడగలిగినప్పుడు, మనమూ నిలబడగలం –

డోవర్ ఎయిర్ ఫోర్స్ కేంద్రంలో ఓ పెద్ద గదిలో ఉన్నాం మేం. గదినిండి రోదిస్తున్న వారితో నిండిపోయింది. తల్లుల చేతుల్లో రోదిస్తున్న పసిపిల్లలు, ఊరటకోసం, సాయంకోసం ఒకరినొకరు పట్టుకుంటున్న తల్లిదండ్రులు, నమ్మలేనట్టు చూస్తున్న భార్యలు. అంతకు అయిదు రోజుల ముందే నేవీ సీల్ దళాలను తీసుకు వెళ్తున్న హెలికాప్టర్ ఒకదాన్ని ఆఫ్ఘనిస్తాన్ లో కూల్చేశారు. దాంట్లోనే ఆఫ్ఘన్ దేశపు ప్రత్యేకాధికారుల బృందం కూడా ఉంది. దాన్ని సైన్యానికి సంబంధించిన ప్రత్యేక దళం వారు నడుపుతుండగా ఈ దుర్ఘటన జరిగింది. హెలికాప్టర్ లో ప్రయాణిస్తున్న మొత్తం 38 మందీ దుర్మరణం పాలయ్యారు. ఆఫ్ఘనిస్తాన్ మీద యుద్ధం ప్రకటించిన తర్వాత ఇదే అతి పెద్ద దుర్ఘటన.

గంటలోపలే ఒక పెద్ద c-17 విమానం డోవర్ ఎయిర్ ఫోర్స్ కేంద్రానికి చేరుకునేట్లు ఏర్పాట్లు జరిగిపోయాయి. అమర సైనికుల మృతదేహాలను జాతీయ పతాకంతో అలంకరించిన చోటికి వారి బంధువులనూ, కుటుంబసభ్యులనూ ఆ విమానంలో తీసుకు వెళ్లేందుకు ఆదేశాలు ఇవ్వబడ్డాయి. వారి కుటుంబాలు తమ వారి పార్థివ దేహాల కోసం వేచి చూస్తూ ఉండే లోపలే అమెరికా అధ్యక్షులు, డిఫెన్స్ మంత్రి, సర్వీస్ కార్యదర్శులు, ఇతర సీనియర్ మిలటరీ అధికారులు ఆ వెయిటింగ్ హాల్ లోకి వచ్చి అమర వీరులకు తమ తుది శ్రద్ధాంజలి ప్రకటించి, అయిన వారిని ఓదార్చటం జరిగింది.

చనిపోయిన సైనికులకు సంబంధించిన అనేక కార్యక్రమాలకు, లాంఛనాలకు అంతకు ముందు చాలా సార్లు నేను హాజరు అయ్యాను.

నాకు అప్పుడు అన్పిస్తూ ఉండేది. మనం పలికే సాంత్వన వచనాలు, ఉపశమన వాక్యాలు చనిపోయిన వారి ఆత్మీయులను ఓదార్చటానికి ఇసుమంతైనా ఉపయోగపడతాయా అని. అయిన వారిని పోల్పోయిన కుటుంబాల లోని దుఃఖాన్ని, విషాదాన్ని దిగమ్రింగుకునే ప్రయత్నం చేసే వారికి నా మాటలు అసలు తలకెక్కుతాయా అని కూడా అని నా అనుమానం.

నేనూ, నా భార్యా. జార్జిఆన్ ఇద్దరు అమర వీరుల కుటుంబాలతో మాట కలిపే ప్రయత్నం చేశాం. మాకు పదాలు దొరకట్లేదు వారిని ఓదార్చటానికి. వారి దుఃఖంలో నేనెలా పాలు పంచుకోగలను? వారి బాధను ఎలా తగ్గించగలను? వారి వారి కుటుంబాల్లో వారు కోల్పోయిన తండ్రీ, కుమారుడు, భర్త, సోదరుడు, సన్నిహిత మిత్రుడూ చేసిన ప్రాణత్యాగం వృథాకాదని వారికెలా నచ్చచెప్పటం లేదా సర్ది చెప్పటం. వారిని ఊరడించేందుకు నేను శతవిధాల ప్రయత్నించాను. వారిని దగ్గరకి తీసుకున్నాను. వారితో కలిసి ప్రార్థనల్లో పాల్గొన్నాను. నేను వీలైనంత గుండె దిటవు చేసుకునేందుకు ప్రయత్నించాను. లేదా ప్రయత్నించే ప్రయత్నం చేశాను. కానీ వారిని ఓదార్చటానికి నా మాటలు సరిపోవట్లేదని నాకు తెలుసు –

ఓ పెద్దావిడ పక్కనే, నేను మోకాళ్ల మీద వంగి కూర్చున్నాను. నా ప్రక్కన ఉన్న మరో కుటుంబం మెరీన్ లెఫ్టినెంట్ జనరల్ జాన్ కెల్లీతో మాట్లాడటం గయనించాను. డిఫెన్స్ మంత్రికి జనరల్ కెల్లీ మిలటరీ అసిస్టెంట్ గా వ్యవహరిస్తున్నారు. ఆయన చాలా పొడగరి. సన్నగా కూడా ఉంటారు. నీట్ గా దువ్విన తల. జుట్టు నెరిసింది. మచ్చలేని మెరీన్ యూనిఫామ్ ధరించారాయన– మరణించిన సైనికుడి కుటుంబ సభ్యులు ఆయన చుట్టూ ఉన్నారు. ఆయన చెప్పే సానుభూతి వచనాలు ప్రోత్సాహక

పదాలు మరణించిన సైనికుల దగ్గరి బంధువులు, ఆత్మీయుల మీద గణనీయమైన ప్రభావాన్నిచూపుతున్నాయని గమనించాన్నేను. ఆయన చిర్నవ్వు నవ్వితే వారు ప్రతిస్పందనగా నవ్వుతున్నారు. ఆయన వారిని దగ్గరికి తీసుకుంటే వారు కూడా అలాగే చేస్తున్నారు. ఆయన వారికి స్నేహహస్తం అందిస్తే, వారు దానిని పొదివి పట్టుకోవడం కూడా నా దృష్టి నుంచి మరలలేదు –

పోయిన సైనికుడి తల్లిదండ్రులకు ఆఖరిసారిగా ఆత్మీయాలింగనం చేసుకున్న తర్వాత ఆయన వారి కుటుంబానికి వీర సైనికుడి త్యాగానికి ధన్యవాదాలు చెప్పాడు మిలిటరీ తరుపున. ఆ తర్వాత కెల్లీ మరో కుటుంబాన్ని పరామర్శించేందుకు కదిలారు. ఇంకో గంట అంతా కూడా జాన్ కెల్లీ ఆ గదిలోని ప్రతి కుటుంబాన్ని వదిలిపెట్టకుండా పరామర్శించారు, వారి పట్ల సానుభూతి వ్యక్తం చేశారు. మిగతా వారి సాంత్వన వచనాల కన్నాకెల్లీ గారి ఉపశమన వాక్యాలు ప్రతీ కుటుంబం గుండెలోనూ ఆత్మీయంగా ప్రతిధ్వనించాయి. ప్రతీ కుటుంబంలోని తల్లీ, తండ్రీ, చెల్లీ, సోదరుడు మిత్రుడూ అందరికీ ఆయన ఉపశమన వాక్యాల తాలూకు ఆర్ద్రత అంటింది. ఆయన ఎంతో అనునయంగా మాట్లాడారు. అంతకన్నా ముఖ్యం, వాళ్లల్లో ఆశాజ్యోతులు వెలిగించగలిగారు –

ఆ రోజు అంతా జాన్ కెల్లీ దే. అందరికీ ఆయనే ఆత్మబంధువు అయ్యారు. వారి మాటలే వాళ్లల్లో మార్పు తెచ్చాయి. ఆశల్ని చిగురింప చేశాయి. ఎందుకంటే, ఓ కొడుకుని కోల్పోవటం అంటే ఏమిటో ఆ బాధ ఎలా ఉంటుందో ఆయనకు తెలిసినట్లు వేరెవరికీ తెలీదు.

మెరీన్ ఫస్ట్ లెఫ్టినెంట్ రాబర్ట్ కెల్లీ 2010 లో ఆఫ్ఘనిస్తాన్ లో చంపబడ్డారు. ఆ సమయంలో ఆయన థర్డ్ బెటాలియన్ లోని ఫిఫ్త్ మరీన్స్ లో విధులు నిర్వహిస్తున్నారు. ఆ విషాదం నుంచి కోలుకోవడానికి జనరల్

కెల్లీ కుటుంబం నానా యాతనా పడింది. ఈ రోజున డోవర్ లో ఉన్న కుటుంబాలన్నీ అనుభవిస్తున్న విషాదాన్ని, అయిన వారిని కోల్పోయిన వారి మానసిక స్థితినీ ఆయన ఇంతకుముందే అనుభవించి ఉన్నారు- జనరల్ కెల్లీ గారి కుటుంబం, వారి వ్యక్తిగత విషాదం నుంచి కోలుకుని మామూలు జీవితం గడపడం మొదలుపెట్టగలిగింది- ఆ నరక యాతననూ, గుండెలు పిండేసే విషాద ఘట్టాలనూ వారు తట్టుకుని నిలబడ్డారు. ఆ నష్టాన్ని పూడ్చలేకపోయినా, నష్టాన్ని దాటి ముందుకు అడుగులు వేశారు –

ఆ రోజున నేను కెల్లీ గార్ని గమనిస్తున్నప్పుడు, ఆయన మాటలు వింటుంటే నా క్కూడా ఎక్కడ లేని ధైర్యం, శక్తీ వచ్చాయి. ఓ సైనికుడ్ని పోగొట్టుకుంటే వారి కుటుంబాల విషాదంలో పాలు పంచుకుంటాం మనం.కానీ అదే పరిస్థితి మనక్కూడా వస్తుందేమోనని అంతరాంతరాళాల్లో తెగ భయపడతాం. ఒక పిల్లవాడు లేకుండా తట్టుకోగలుగుతారా అన్న భయం మిమ్మల్ని వెంటాడుతుంది. లేదా మీరు లేకుండా మీ కుటుంబం మనగలదా అన్న ఊహ మిమ్మల్ని ఉక్కిరి బిక్కిరి చేస్తుంది. చెప్పాలంటే అతలాకుతలం చేస్తుంది. మీరు మనసులోని కోటి దేవుళ్లకి దండం పెట్టుకుంటారు భగవాన్, ఇలాంటి పరిస్థితి నాకు రాకూడదు అని. అది అనూహ్యమైన బాధ, భారం.

ఆ తర్వాత మూడు సంవత్సరాలూ- నేను, జాన్ కెల్లీ గారు అత్యంత సన్నిహిత మిత్రులం అయిపోయాము. ఆయనో అద్భుతమైన అధికారి. భార్య కెరెన్ కి వెన్నుదన్నుగా నిలిచే ధైర్యం గల భర్త, కూతురు కాటేకి ప్రేమగా చూసుకునే తండ్రి. పెద్దకొడుకు మరేన్ మేజర్ జాన్ కెల్లీకి కూడా ప్రియమైన తండ్రి ఆయన. అన్నింటికంటే ముఖ్యం. ఆయన చుట్టూ వారిలో ఆశాదీపాలు వెలిగించగలగటం ఆయన ప్రత్యేకత. ఆ విషయం

ఆయనక్కూడా తెలీదు. అతి కఠిన, దయా పరిస్థితుల్లో బాధ నుంచి బయటపడి విషాద పర్వతాన్ని గట్టెక్కి కష్టాలకడళ్లను ఈది, బయట పడాలని ఆశించాలి మనం, మనలో ప్రతి ఒక్కరిలో విషాదం అంచు నుంచి పైకి లేచే సామర్థ్యం, ధైర్యం నిబిడీకృతంగా ఉన్నాయి. అంతేకాదు, వేరే వారికి స్ఫూర్తిగా కూడా నిలిచే తాహతు మనలో ప్రతి ఒక్కరిలో అంతర్గతంగా ఉంది –

ఈ ప్రపంచాన్ని నడిపించేది ఆశ. అతి బలీయమైన శక్తి అది. ఆశ వల్ల దేశాలూ, సమూహాలూ స్ఫూర్తి పొందుతాయి, ఉవ్వెత్తున పైకి ఎగుస్తాయి. అణగారిన వారిని పైకి ఎగదోసే నిచ్చెన ఆశ. ఆశ వల్ల భరించలేని కష్టాన్నీ భరించవచ్చు, పూడ్చలేని నష్టాన్నీ పూడ్చవచ్చు. దానికి ఎంతో మంది అక్కర్లేదు. ఒక్క వ్యక్తి చాలు. మనలో స్ఫూర్తి జలం నింపడానికి.

మనం అందరం ఏదో ఒక రోజు పీకల్లోతు కష్టాల్లో కూరుకునే పరిస్థితి ఎదురవ్వవచ్చు. అప్పుడే మనం ఎలుగెత్తి పాడాలి. చిర్నవ్వులు చిందించాలి. మీ చుట్టుపక్క వారిలో ఉత్సాహం నింపాలి. వారిలో ఆశాకిరణాలుదయింపజేయాలి. రేపటి మీద ఆశలు చిగురించేలా చేయాలి. స్ఫూర్తి జలంతో వాళ్ల జీవితాలు తడపాలి. రేపు బాగుంటుందన్న ఆశలు రేకెత్తించి కొత్త చిగుళ్లు మొలుస్తాయి –

పదో అధ్యాయం

ఎన్నడూ గమ్యం నుండి వైదొలగవద్దు!

మీరు ప్రపంచాన్ని మార్చాలంటే...

విరామ ఘంటిక మ్రోగించకండి.

సీల్ శిక్షణా శిబిరంలో మిగతా విద్యార్థుల్లాగే 150 మంది ఉన్నారు మొదటి రోజు. నేను కూడా శ్రద్ధాసక్తులతో మిలటరీ ఆనవాయితీలో భాగంగా పద్ధతి ప్రకారం నిలబడి ఉన్నాను. మా శిక్షకుడు బూట్లు ధరించి ఉన్నాడు. యుద్ధానికి వెళ్లేటప్పుడు వేసుకునే బూట్లు అవి. ఖాకీ నిక్కరు పొట్టిది వేసుకున్నాడు. నీలం, బంగారం కలిసి ఉన్న టీషర్ట్ ధరించాడు. తారు రోడ్డు వేసిన శిక్షణా మైదానంలో నడుస్తున్నాడు అటూ ఇటూ. అక్కడో పెద్ద ఇత్తడి బెల్లు కూడా వేళ్లాడదీసి ఉంది. అందరు శిక్షణార్థులూ అటే చూస్తున్నారు అతనివైపు –

"మిత్రులారా", అంటూ మొదలుపెట్టాడు మా శిక్షకుడు. "ఈ రోజు, సీల్ శిక్షణా తరగతుల్లో మొదటి రోజు. రాబోయే ఆరు నెలలూ మీరు చాలా కఠినమైన శిక్షణలో పాలు పంచుకోవల్సి ఉంటుంది. యునైటెడ్ స్టేట్స్ మిలిటరీలోనే అత్యంత కఠినమైన శిక్షణా నిబంధనలు ఇందులో ఉంటాయి". అన్నాడతను.

నేను చుట్టూ చూశాను. నా తోటి విద్యార్థుల మొహాల్లో తాండవిస్తున్న ఆందోళనని గమనించగలిగాను.

మా శిక్షకుడు కొనసాగించాడు. "ఇలాంటి పరీక్షలు మీ జీవితంలో మీరు ఎన్నడూ ఎదుర్కొని ఉండరు". మళ్లీ ఆగి అన్నాడు. చుట్టూ చూశాడు. చిన్ని చిన్ని గోదరు కప్పల్లాంటి కుర్రాళ్లు కన్పించారాయనకి.

"అయితే. మీలో చాలా మంది. ఈ శిక్షణలో ఉత్తీర్ణులు కాకపోవచ్చు ... ఆ విషయానికి నాది పూచీ" అన్నాడు. అని చిర్నవ్వు చిందించాడు. "నా

శాయశక్తులా ప్రయత్నిస్తాను. మీరు శిక్షణ నుంచి నిష్క్రమించేలా చేయటానికి" అన్నాడు. "మీరు నిష్క్రమించటానికి" అన్న పదాలను ఒత్తి పలికాడు ఆయన. "మిమ్మల్ని దారుణంగా హింసిస్తాను, వేధిస్తాను. మీ తోటి విద్యార్థుల ముందే మిమ్మల్ని ఇబ్బందికి గురి అయ్యేలా అవమానిస్తాను. మీకు చుక్కలు చూపిస్తాను. ఒక రకంగా చెప్పాలంటే" అన్నాడు. అతని పెదవుల మీద చిన్న నవ్వులాంటిది ప్రాకింది. "మీకు చాలా బాధ కలుగుతుంది. నరకయాతన అనుభవిస్తారు. నానా నరకయాతన అనుభవిస్తారు"

అక్కడ ఉన్న ఇత్తడి గంట తగిలించి ఉన్న త్రాడు పట్టుకుని బలంగా లాగాడు. పెద్దగా ధ్వని ఆ ప్రాంతమంతా ప్రతిధ్వనించింది. "కానీ.. ఒక్కమాట. మీరు, ఆ నరకయాతన, బాధ తట్టుకోలేకపోతే ... దాన్ని ఇష్ట పడకపోతే ఓ సులభమైన మార్గం ఉంది.." అన్నాడు మా శిక్షకుడు. మళ్లీ గంటకు కట్టి ఉన్న త్రాడును లాగాడు ఆయన. మళ్లీ దీర్ఘ నిక్వాణం అక్కడ వ్యాపించింది. అన్ని భవనాల్లోకి ప్రసరించింది. "మీరు. ఇక్కడి నుండి తప్పుకోవాలంటే, ఈ గంటని మూడు సార్లు మ్రోగిస్తే చాలు" అన్నాడు

అతను గంటకు కట్టి ఉన్న తాడును చేతిలోంచి నెమ్మదిగా వదిలిపెట్టాడు. "ఈ గంటని మ్రోగిస్తే మీరు త్వరగా నిద్ర లేవక్కర్లేదు. ఈ గంటను మ్రోగిస్తే, మీరు సుదూర ప్రదేశాల వరకూ పరుగెత్తనక్కర్లేదు. చలిలో ఈతల పోటీల్లో పాల్గొనక్కర్లేదు. అలాగే అవరోధాల(obstacles) మీద నుంచి దూకే కసరత్తుల్లో పాల్గొనక్కర్లేదు. గంట మోగించండి. బాధ నుంచి వైదొలగండి"

అప్పుడు మా శిక్షకుడు, తారు రోడ్డు వైపు చూశాడు. తాను అంతకుముందు తయారు చేసుకుని మాట్లాడిన ఏకపాత్రాభినయం లాంటి వాక్యాలకు స్వస్తి పలుకుతున్నట్లుగా అన్నాడు– "మీకు ఓ విషయం

చెబుతాను". "మీరు గనుక నిష్క్రమిస్తే, మీ జీవితమంతా బాధపడతారు.. ఎందుకంటే ఏదైనా పనిలోంచి పక్కకు తప్పుకుంటే అది సులభం అయిపోదు, మరింత జటిలం అవుతుంది" – అన్నాడు

ఆర్నెల్ల తర్వాత సీల్ శిక్షణకు సంబంధించిన గ్రాడ్యుయేషన్ పూర్తయ్యేసరికి మాలో 33 మంది మాత్రమే మిగిలాము. కొంతమంది సులభమైన మార్గం ఎంచుకున్నారు. నిష్క్రమించారు శిక్షణ నుంచి. మా శిక్షకుడు చెప్పింది నిజమే. అలా చేసినందుకు వారు వారి జీవితాంతం బాధపడుతూ గడుపుతూ ఉంటారని నాకన్పించింది.

సీల్ శిక్షణాకాలంలో నేను నేర్చుకున్న అన్ని పాఠాల కన్నా ఇదే అతి ముఖ్యమైనది. ఎన్నడూ వైదొలగకు. పక్కకి తప్పుకోకు. కార్యోన్ముఖతనుంచి ఎన్నడూ నిష్క్రమించకు. అలా చెపితే బావుండదేమో కానీ, జీవితంలో మనకు చాలా సార్లు ఇలాంటి పరిస్థితులు ఎదురౌతూనే ఉంటాయి. కొనసాగించడం కన్నా, నిష్క్రమించటమే సులభం అన్పిస్తూ ఉంటుంది. ఎందుకంటే, పరిస్థితులు అన్నీ కట్టకట్టుకుని మనకు పూర్తిగా వ్యతిరేకంగా ఉన్నప్పుడు, తార్కికంగా ఆలోచిస్తే ఎవరికైనా నిష్క్రమించటమే మంచిదని తోస్తుంది –

సీల్ లో నా వృత్తిపరమైన జీవితం మొత్తంలోనూ నాకు స్ఫూర్తినిచ్చిన వారు వీరే. ఎన్నడూ నిష్క్రమించటానికి సిద్ధపడని వారు. వాళ్లకోసం వాళ్లు జాలిపడని వాళ్లు. వీళ్లందరిలోకి, ప్రత్యేకించి ప్రస్తావించదగ్గ వ్యక్తి మాత్రం, ఓ యువ ఆర్మీ రేంజర్. అతన్ని ఆఫ్ఘనిస్తాన్ లోని ఓ హాస్పిటల్ లో కలుసుకున్నాను నేను.

అప్పటికి సాయంత్రం అయ్యింది. నాకు అప్పుడే ఓ సందేశం వచ్చింది. మా సైనికుల్లో ఒక అతను పేలిపోయే భూగర్భంలోని ప్లేట్ మీద కాలు పెట్టడంతో అతన్ని హుటాహుటిన హెడ్ క్వార్టర్ కి దగ్గర్లోని మిలిటరీ

ఆసుపత్రికి తరలించారట. ఆ రేంజర్ విభాగానికి స్థానిక కమాండర్ గా ఉన్న కల్నల్ ఎరిక్ కురిల్లా తో కలిసి నేను వడివడిగా ఆ సైనికుడు ఉన్న ఆసుపత్రి గదిలోకి చేరుకున్నాను –

ఆ సైనికుడి ఆసుపత్రిలోని బెడ్ మీద పడుకుని ఉన్నాడు. అతని ముఖంలోంచి, ఛాతిలోంచి చాలా ట్యూబులు పెట్టి ఉన్నాయి. అతని భుజాల మీద, మొహం అంతా ప్రేలుడు వల్ల ఏర్పడిన కాలిన గాయాలు. అతని కాళ్లు ఉండాల్సిన చోట ఖాళీగా ఉంది. ఆ ప్రదేశంలో దుప్పటితో కప్పి ఉంచారు. అతని జీవితమే మారి పోయిందిప్పుడు. చెల్లా చెదురైపోయింది.

ఆఫ్ఘనిస్తాన్ లోని ఆ హాస్పిటల్ ని ఎన్నిసార్లు సందర్శించానో. నాకే గుర్తులేదు/లెక్కలేదు. ఓ సైనికాధికారిగా, అందులోనూ, యుద్ధ వాతావరణంలో ఉన్నప్పుడు. ఇలాంటి బాధల్నీ. నష్టాల్నీ మనం వ్యక్తిగతంగా భావించకూడదు. ఎందుకంటే ఇదంతా యుద్ధంలో భాగంగానే తీసుకోవాలి. సైనికులు అన్నాక గాయాలు/బాధలు తప్పవు. వీర మరణం కూడా మామూలే. తీసుకునే ప్రతీ నిర్ణయానికీ మరణంతో ముడి పెడితే, మీరు జీవితంలో చాలా కష్టపడతారు. ముందుకు సాగలేరు–

కానీ, ఈ రోజు ఈ రాత్రి ఎందుకో భిన్నంగా అన్పిస్తోంది. నా ముందు బెడ్ మీద ఉన్న రేంజర్ చాలా చిన్నవాడు. కుర్రాడు. నా పిల్లలిద్దరి కన్నా చిన్నవాడు. అతనికి పందొమ్మిదేళ్లుంటాయి. అతని పేరు ఆడమ్ బేట్స్. అతను ఆఫ్ఘనిస్తాన్ కి వచ్చి ఒక వారమే అయ్యింది. పాపం, అతను ఓ యుద్ధంలో పాల్గొనటం ఇదే మొదటిసారి. నేను నెమ్మదిగా ముందుకు వంగి, అతని భుజం మీద చేయి వేశాను. అతనికి మత్తు మందు ఇచ్చినట్లున్నారు. స్పృహలో లేడు. నేనో క్షణం ఆలోచించాను. చిన్నగా ప్రార్థించాను మనసులోనే. వెళ్లడానికి ఉద్యుక్తుడిని అయ్యాను. అప్పుడే గదిలోకి నర్స్ వచ్చింది –

ఆమె చిర్నవ్వుతో అతని జీవ ప్రక్రియల్ని సూచించే సూచికల్ని పరీక్షించసాగింది. అతడి గురించి, ఆరోగ్యస్థితి గురించి ఏమైనా తెల్సుకోవాలనుకుంటున్నారా అని అడిగింది. అతని కాళ్లు రెండూ తీసేశారు. వంటి నిండి బాంబు పేలిన విధ్వంసం తాలూకు గాయాలు అయితే అతను బ్రతకడానికి అవకాశాలు మాత్రం బాగానే ఉన్నాయి.

నేను ఆమెకి కృతజ్ఞతలు తెలియజేశాను. కుర్రాడైన బేట్స్ గురించి అంత శ్రద్ధగా పట్టించుకున్నందుకు. అతను స్పృహలోకి వచ్చాక మళ్లీ వస్తానని చెప్పి బయలుదేరాను – "సార్, అతను స్పృహలోనే ఉన్నాడు". అన్నది నర్స్ – "నిజానికి మీరు అతన్ని పలకరిస్తే చాలా బావుంటుంది" అన్నది. ఆమె నెమ్మదిగా ఆ కుర్ర సైనికుడిని కదిలించింది. అతను మెల్లగా కళ్లు తెరిచాడు. నా ఉనికిని గమనించగలిగాడు –

"అతను ఇప్పుడు మాట్లాడలేడు సర్" అన్నది నర్స్ "అతని తల్లికి కూడా చెవుడు అతనికి ఎలా సంతకం చేయాలో తెల్సు.." అంది. అని ఆమె అతనికి ఓ పేపర్ అందించింది. దాని మీద సైన్ లాంగ్వేజ్, సంకేతభాషకి సంబంధించిన అనేక గుర్తులున్నాయి.

నేనొక్క క్షణం మాట్లాడాను. సరిగ్గా, సందర్భానికి తగ్గట్లు మాట్లాడ్డానికి ప్రయత్నించాను. కాళ్లు రెండూ పోయి దేశం కోసం ప్రాణత్యాగానికి సిద్ధపడ్డ ఓ యువ సైనికుడికి మనం ఏం చెప్పగలం? ఏం సందేశం ఇవ్వగలం? అతని భవిష్యత్తు బావుంటుందని అతనికి ఎలా చెప్పగలం?

బేట్స్ మొహం మొత్తం వాచిపోయి ఉంది. ఆ బాంబు పేలుడు ధాటికి మొహం అంతా ఎర్రగా బాండేజీతో నిండిపోయి ఉంది. అతని కళ్లు కూడా కనబడనంతగా బ్యాండేజీలతో నిండిపోయింది మొహం. నా వంక ఓ క్షణం చూశాడు బేట్స్. నా కళ్లల్లో వ్యక్తం అవుతున్న జాలినీ, కరుణనీ

అతను బహుశా గమనించి ఉండాలి. అతను చెయ్యి పైకెత్తి సైగలు చేయడం మొదలు పెట్టాడు.

నా ముందున్న పేపర్ లోని ప్రతీ గుర్తునూ పరికించి చూశాన్నేను. నెమ్మదిగా, బాధతో మూలుగుతూ. అతను ఇలా సైగ చేశాడు. “నేను. త్వరలోనే బాగా అవుతాను. సరేనా ok”. ఆ తర్వాత అతను నిద్రలోకి జారుకున్నాడు –

నేను హాస్పిటల్ నుంచి ఆ సాయంత్రం బయటకు వచ్చేటప్పుడు నాలో పెల్లుబుకుతున్న దుఃఖాన్ని నిగ్రహించుకోలేకపోయాను. నాకు ఏడుపొచ్చేసింది. ఆ హాస్పిటల్లో కొన్ని వందల మందితో మాట్లాడి ఉంటాను. ఎవ్వరూ ఎటువంటి ఆరోపణ, నింద వేరే వారి మీద వేయలేదు. ఒక్కసారి కూడా ఎవ్వరూ అలాంటి పని చేయలేదు.

ఇంకా దేశానికి వారు అందించిన సేవలకు వారెంతో గర్వపడుతున్నారు. వాళ్లకు జరిగిన దాన్ని వాళ్లు మౌనంగా స్వీకరించి తమ కర్మను అంగీకరిస్తున్నారు. కర్మ అనేకంటే, దాన్ని ఓ సాధారణ సంఘటనగా తీసుకుంటున్నారు వాళ్లు. మళ్లీ, తమ స్థానాల్లోకి సైన్యంలో తిరిగి చేరాలని ఉవ్విళ్లూరుతున్నారు. తాము ఎందరికో దూరంగా వచ్చారు. ఆ సహోద్యోగులతో తిరిగి పని చేయాలని ఆశిస్తున్నారు.అలాంటి వాళ్లందరికీ ఆడమ్ బేట్స్ సాక్షిగా నిలువెత్తు నిదర్శనంగా కన్పించాడు నాకు –

ఆఫ్ఘనిస్తాన్ లోని ఆ హాస్పిటల్ కి నేను వెళ్లి వచ్చి ఒక సంవత్సరం గడిచింది. ఇప్పుడు నేను డెబ్బై అయిదవ రేంజర్ రెజిమెంటల్ ఛేంజ్ ఆఫ్ కమాండ్ దగ్గర ఉన్నాను. అక్కడే రేంజర్ బేట్స్ కన్పించాడు. నిలబడి ఉన్నాడు కృత్రిమ కాళ్ల మీద ప్రొస్థెటిక్ లెగ్స్ మీద చక్కగా యూనిఫామ్ ధరించి మరీ పొడుగ్గా కన్పించాడు. వాళ్ల సహోద్యోగులు తోటి రేంజర్స్ కి ఏదో పుల్ అప్ కసరత్తుల్లో సవాల్ విసురుతూ, ఉత్సాహంగా కన్పించాడు.

జీవితంలో అతను అనుభవించిన కష్టాలు, ఎదుర్కొన్న ఆటుపోట్లకి ఎన్ని సర్జరీలు అయ్యాయో లెక్కలేదు. తిరిగి పునరావాస కేంద్రంలో ఎన్ని రోజులు గడిపాడో తెలీదు. కొత్త జీవితానికి అప్పుడే అలవాటు పడిపోయాడు. ఎప్పుడూ జీవన కదనరంగం నుంచి నిష్క్రమించలేదు. చక్కగా నవ్వుతున్నాడు. జోకులేస్తున్నాడు. సరదాగా ఉన్నాడు. నాకతను ఆరోజు సైగ భాషలో చెప్పినట్టే "ok" అయిపోయాడు!

జీవితంలో ఎన్నో ఒడిదుడుకులు, కష్టనష్టాలు ఎదురౌతాయి. కానీ మనం జాగ్రత్తగా గమనిస్తే ఎక్కడో ఒకచోట, మన కంటే దుర్భరమైన పరిస్థితుల్ని ఎదుర్కొంటున్న వారూ, లెక్కకు మిక్కిలి కష్టాలు పడుతున్న వాళ్లూ, ఎంతో మంది ఉంటారు. నిరంతరం మనం మన మీద జాలి పడుతూ కాలం వెళ్లదీస్తే, మనకు జరిగిందానికి కుమిలిపోతూ ఉంటే, మన పరిస్థితిని గురించి ఆలోచించి క్రుంగి కృశించిపోతూ ఉంటే జరిగిందానికి పరిస్థితుల్నీ, వేరే వ్యక్తుల్నీ నిందిస్తూ, శాపనార్థాలు పెడుతూ కాలం గడిపేస్తే జీవితం చాలా భారంగా ముళ్ల బాటలా అన్పిస్తుంది. అలా కాకుండా, మీ ఆశల్నీ, ఆశయాన్నీ, కలల్నీ, మీరు వదిలేసుకోకుండా. వాటిని సాకారం చెయ్యటానికి లేదా సాధించుకోవటానికి, నెరవేర్చుకోవటానికీ ప్రయత్నిస్తూ ఎదురయ్యే విఘ్నాలను అడుగడుగునా ఎదుర్కొంటూ అప్రతిహతంగా ముందుకు సాగితే. జీవితం మీరు అనుకున్నట్టే సాగుతుంది. నడుస్తుంది. పరుగెత్తుతుంది. ఓ ఆశాకిరణం మీలో ఎన్నడూ మినుకు మినుకుమంటూనే. కాంతి వంతమై మీకు దారి చూపిస్తుంది. అందుకే జీవితంలో ఎన్నడు పలాయనవాద ఘంటికను మ్రోగించకండి. ఒక్కనాటికీ మ్రోగించకండి!

గుర్తుంచుకోండి . ప్రతిరోజూ ఏదో ఒక పనిని పూర్తి చేయాలని. మీకు మీరు విధాయకం విధించుకోండి. మీకు జీవితంలో తోడ్పడేందుకు ఎవరో

ఒకర్ని సరైన వారిని ఎంచుకోండి. ప్రతీ ఒక్కరినీ గౌరవించండి. జీవితం ఎన్నడూ ఒకేరీతిగా, సాఫీగా పూల బాటలా సాగుతుందని భావించకండి. ఒక్కోసారి మనం నడుస్తూ నడుస్తూ పడిపోతాం, కానీ మీరు కొంత రిస్క్ తీసుకుంటే, కఠిన సమయాల్లో తిరగబడి. ఎదురుతిరిగి. ముందుకుసాగితే, మిమ్మల్ని భయపెట్టేవారికి భయపడకుండా ఎదురుతిరిగి నిలిస్తే, పీడిత, తాడిత జనులను పైకి లేపుతూ ముందుకు నడిస్తే, అన్నింటికంటే, ముఖ్యం. ఎన్నడూ నా పని అయిపోయింది అని ఉసూరుమంటూ చతికిలబడకుండా ఉంటే.

ఇవన్నీగనక చేస్తే, మీ జీవితాన్ని మీరే మార్చుకోగలరు. మంచిగా మార్చగలరు. బాగు పడేట్లు చేయగలరు. ప్రపంచాన్ని కూడా మార్చగలరు. బాగా చేయగలరు –

యూనివర్సిటీ ఆఫ్ టెక్సాస్
ప్రారంభోపన్యాసం

మే 17, 2014

మా యూనివర్సిటీ నినాదం: "ఇక్కడ ప్రారంభమైన దాంతో ప్రపంచమే మారిపోతుంది. " చెప్పాలంటే. నాకు ఈ నినాదం చాలా నచ్చింది. "ఇక్కడ ప్రారంభమైన దాంతో ప్రపంచం మార్చబడుతుంది!"

ఈ రోజున టెక్సాస్ యూనివర్సిటీ నుంచి ఎనిమిది వేల మంది విద్యార్థులు గ్రాడ్యుఏషన్ పట్టా అందుకోబోతున్నారు. విశ్లేషణాత్మక విషయాల్లో పరిపూర్ణతకు మారుపేరు అయిన ఆస్క్.కామ్ ప్రకారం ఓ సాధారణ అమెరికన్ తన జీవితంలో పదివేల మందిని కలుస్తాడని అంచనా. అంటే ఆ సంఖ్య తక్కువేం కాదు. కానీ మనం కలిసిన వాళ్లల్లో ఒక్కొక్కరు కేవలం పది మంది జీవితాలను మార్చగలిగినా, వాళ్లు మళ్లీ ఒక్కొక్కరు మరో పది మందిలో మార్పు తేగలిగినా, అయిదు తరాలు అయ్యేటప్పటికి, అంటే 125 సంవత్సరాల్లో 80 కోట్ల మంది జీవితాలు మారిపోయి ఉంటాయి. అంటే 2014 లో జరుగుతున్న ఈ తరగతిలోని విద్యార్థుల వల్ల 8000 మంది వల్ల 80 కోట్ల జీవితాల్లో మార్పులు వస్తాయి—

80 కోట్ల మంది అంటే, ఆలోచించండి. యునైటెడ్ స్టేట్స్ ఆఫ్ అమెరికా జనాభాకి సరిగ్గా రెండు రెట్లు! ఇంకో తరాన్ని కూడా కలిపితే, ప్రపంచ మొత్తం జనాభాని అంటే 800 కోట్ల మందిని మార్చగలరు. ఒకవేళ మీరు గనక పది మంది జీవితాల్ని మార్చటం కష్టం అని గనుక

భావిస్తే, శాశ్వతంగా వారి జీవితాలను మార్చలేం అనుకుంటే మీది సరైన ఆలోచనా విధానం కాదు –

ఇరాక్ లోను, ఆఫ్ఘనిస్తాన్ లోనూ ప్రతిరోజు ఇలా జరగటం నేను ఎరుగుదును. ప్రత్యక్షంగా చూశాను. ఒక యువ సైనిక అధికారి ఓ నిర్ణయం తీసుకుంటాడు. బాగ్దాద్ లోని ఓ రోడ్డు మీద కుడి వైపుకి వెళ్లడానికి బదులుగా. ఎడమ వైపుకి తిరుగుదామని అతను తీసుకున్న నిర్ణయం వల్ల అతని దళంలోని పదిమంది సైనికులు బ్రతికిపోతారు. ప్రత్యర్థుల దాడి నుంచి తప్పించుకోవడం ద్వారా.

ఆఫ్ఘనిస్తాన్ లోని కాందహార్ రాష్ట్రంలో ఫీమేల్ ఎంగేజ్ మెంట్ టీమ్ కి సంబంధించిన ఒక తాత్కాలిక సైనికాధికారికి ఎందుకో ఏదో తేడా అన్పించి, వారి పదాతి దళ బృందాన్ని దూరంగా తీసుకువెళ్ళమని ఆదేశిస్తుంది. అందువల్ల పన్నెండు మంది సైనికులను అయిదువందల పౌండ్ల పేలుడు పదార్థం బారిన పడకుండా కాపాడినట్లు అయ్యింది –

కానీ దీని గురించి మీరు ఆలోచించి చూస్తే కాపాడబడింది కేవలం సైనికులు మాత్రమే కాదు. ఒక్క వ్యక్తి నిర్ణయం వల్ల సైనికుల పిల్లలు. ఆ పిల్లలకు పుట్టబోయే పిల్లలు కూడా కాపాడబడినట్లే. కొన్ని తరాలు కాపాడబడ్డాయి. ఒక్క వ్యక్తి నిర్ణయం వల్ల కేవలం ఒక్క వ్యక్తి తీసుకున్న నిర్ణయం వల్ల!

అయితే ప్రపంచాన్ని మార్చటం అనేది ఎక్కడైనా జరగవచ్చు. ఎవరైనా చేయవచ్చు. అంటే ఇక్కడ మొదలయ్యే దాని వల్ల నిజంగానే ప్రపంచాన్ని మార్చవచ్చు. కానీ సహజంగానే ఓ ప్రశ్న ఉదయిస్తుంది. మారిన తర్వాత ఈ ప్రపంచం ఎలా కన్పించబోతుంది?

నాకు నమ్మకం ఉంది. ఇప్పటికంటే ఖచ్చితంగా బాగా ఉంటుంది. చాలా బాగా మారుతుంది అని నా నమ్మకం. నేనో ముసలి నావికుడిని. నా

మాటల్ని ఒక్క క్షణం కోపగించుకోకుండా వింటానంటే, నావి కొన్ని సూచనలున్నాయి. ప్రపంచాన్ని ఇంకా బాగా అయ్యేటట్టు చేయడానికి –

నేను మిలటరీలో సైనికాధికారిగా నేర్చుకున్న పాఠాలే ఇవన్నీ. కానీ దీనర్థం మీరు అందరూ మిలిటరీ లో ఒక్కరోజు పని చేయాల్సిన అవసరం లేదు.

మీరు స్త్రీయా పురుషుడా అన్న దాంతో కూడా దీనికి సంబంధం లేదు. మీరు ఏ కులం, మతం, ప్రాంతం, జాతి వారు అయినా కావచ్చు. మీ సిద్ధాంతం, ప్రవృత్తి, ఆలోచనా ధోరణి ఏదైనా కావచ్చు, మీరు ఏ సామాజిక స్థాయి వారైనా కావచ్చు. ఈ ప్రపంచంలో మనందరి జీవన పోరాటాలు దాదాపు ఒక్కటే విధంగా ఉంటాయి. ఆ పోరాటాల్లో, కష్టాల్లో నుంచి గెలిచి, బ్రతికిబట్టకట్టాలంటే, మనల్ని మనం మార్చుకోవటం, మన చుట్టూ ఉన్న ప్రపంచాన్ని మార్చటం అందరికీ సమానంగా వర్తిస్తుంది.

నేను నావికాదళంలో సీల్ అధికారిగా, ముప్పై ఆరేళ్లుగా పని చేస్తున్నాను కానీ, నా జీవితం కూడా ఇక్కడే. టెక్సాస్ యూనివర్సిటీలో మొదలైంది. బీజం అక్కడే పడింది. ఇక్కడ్నించే నేను కాలిఫోర్నియాలోని కొరొనాడో తీరానికి సీల్ శిక్షణ కోసం బయలుదేరాను. ప్రాథమిక సీల్ శిక్షణ ఆర్నెల్ల పాటు ఉంటుంది. చాలా కఠినంగా ఉంటుంది. మెత్తటి ఇసుకలో సుదూర తీరాల వరకూ కాళ్లు పుళ్లు పడేలా పరుగెత్తటం, అర్ధ రాత్రి పూట ఎముకలు కొరికే చల్లటి నీళ్లలో సాండియాగో తీరంలో ఈదటం, అవరోధాలు దాటుకుంటూ దూకడం, దేహదారుఢ్య కసరత్తులూ, నిద్రలేని రాత్రులూ ఎప్పుడూ చలిలో చల్లటి గుడ్డల్తో గడపటం చాలా దారుణంగా ఉంటుంది. ఆ శిక్షణాకాలం అనుభవజ్ఞులైన శిక్షకుల చేత నిరంతర వేధింపు, యోధుల చేత వేధింపు – దాని వల్ల మనోధైర్యం లేని వాళ్లూ 'సీల్' శిక్షణ నుంచి వాళ్లే పక్కకు తప్పుకుంటారు. కానీ ఈ శిక్షణా

కార్యక్రమం వల్లే నిజమైన నాయకత్వ లక్షణాలున్న వాళ్లెవరో బయటపడతారు. ఒత్తిడికి, గందరగోళ పరిస్థితులకీ, అపజయాలకి వెన్ను చూపకుండా నిలబడే ధీరోదాత్తులే ఇందులో నెగ్గుకొస్తారు. నా దృష్టిలో ఆర్నెల్ల ప్రాథమిక 'సీల్' శిక్షణా కాలం అంటే జీవితకాలపు సవాళ్ల సమాహారం. ఇక్కడ ఉటంకిస్తున్నాను – 'సీల్' లో నేను నేర్చుకున్న పది పాఠాలని మీరు కూడా జీవితంలో ముందుకు సాగడానికి అవి ఉపయోగపడతాయని ఆశిస్తున్నాను. మా సీల్ శిక్షణా కాలంలో శిక్షకులు ప్రొద్దున్నే మా బ్యారక్స్ దగ్గరకి వచ్చేసేవారు. వాళ్లంతా వియత్నాం యుద్ధంలో పాలు పంచుకున్న యోధులు. పుష్కలంగా అనుభవం కలవారు. వాళ్లు రాగానే మొదట పరీక్షించేదీ లేదా తనిఖీ చేసేదీ మీరు పడుకున్న పడక. మీరు దాన్ని గనక సరిగ్గా ఉంచుకోగలిగితే. అంతా సవ్యంగానే సాగిపోతుంది. బెడ్ మీద కవర్లు చక్కగా కప్పి ఉంచటం, దిండు సరిగ్గా మధ్యలో ఉంచటం, ర్యాక్ చివర్లో అదనంగా ఉండే దుప్పటి గుడ్డ చక్కగా మడత పెట్టి ఉంచటం –

ఇది చూడటానికి చాలా చిన్న పనిలాగేనే కన్పిస్తుంది. చెప్పాలంటే, అది మామూలు సీదా సాదా పని. కానీ ప్రతీ ఉదయం నిద్ర లేవగానే పడకనీ సరిగ్గా సర్దుకోవటం చాలా పక్కాగా ఉంచటం సీల్ శిక్షణార్థులు చేయాల్సిన అతి ముఖ్యమైన పనుల్లో ఒకటి. దాన్ని గురించి ఇంతలా పట్టించుకోవటం ఒక్కోసారి హాస్యాస్పదంగా అన్పించేది. నిజంగా యుద్ధం లో యోధులుగా రాణించాలనుకుంటున్న మేమేమిటి, ఈ పక్కబట్టలు పడకల మీద దృష్టి కేంద్రీకరించటం ఏమిటీ అన్పించేది. అత్యంత కఠోరమైన సీల్ శిక్షణలో నెగ్గుకురాగలిగిన మేము, ఈ విషయంలో ఇంత చాదస్తంగా వ్యవహరించాల్సి రావటంలోని అర్థం, పరమార్థం. ఆ తర్వాత్తర్వాత నాకు తెలిసి వచ్చింది –

ప్రతిరోజు మీరు గనక మీరు నిద్రించే పడకని సరిగ్గా సర్దుకోగలిగితే ఆ రోజులో మొదటి ముఖ్యమైన పనిని మీరు విజయవంతంగా పూర్తి చేసినట్లే. మీకు స్వల్పంగా గర్వంగా కూడా అన్పిస్తుంది. అలా ఒక పని తర్వాత మరొకటి దాని తర్వాత ఇంకొకటి మీరు అలా పనులు పూర్తి చేసుకుంటూ విజయపథంలో సాగిపోతారు. అలా ఒక పని పూర్తి చేయటం అనేది ఎన్నో పనులు విజయవంతంగా చేయడానికి బీజం వేసినట్లు అవుతుంది లేదా నాందీ ప్రస్తావనలా పనికొస్తుంది. అంతే కాదు పడుకున్న పడక లేదా పక్క సరిగ్గా ఉంచుకోవటం చిన్న పని కూడా నిర్లక్ష్యం చేయదగినది కాదు అని తెలిసివస్తుంది.

చిన్న విషయాలే సరిగ్గా చేయలేకపోతే, పెద్ద విషయాలు మీరు ఎన్నటికీ సరిగ్గా చేయలేరు. ఒకవేళ ఏదైనా కారణం వల్ల మీకు మిగతా పనులు ఆరోజు సరిగ్గా జరక్కపోయినా మీరు ఇంటికొచ్చి విశ్రాంతి తీసుకోవటానికి మీరు సిద్ధంగా ఉంచిన పక్క లేదా పడక మీకు ప్రోత్సాహాన్నందిస్తుంది. రేపటి మీద మీకు ఆశలు చిగురించేలా చేస్తుంది.

అందుకే, ప్రపంచాన్ని మార్చదల్చుకుంటే, మీరు ముందు పడక సరిచేసుకోండి .

సీల్ శిక్షణా కార్యక్రమంలో విద్యార్థుల్ని పడవలు పడవలుగా విభజిస్తారు. ఒక్కో పడవలో ఏడుగురు సిబ్బంది ఉంటారు. ఓ చిన్న రబ్బరు పడవలో రెండు వైపులా ముగ్గురు ముగ్గురు చొప్పున ఉంటారు. పడవని నడిపించటానికి సరంబు/నడిపే నావికుడు ఒకడు ఉంటాడు. ప్రతీరోజూ ఈ సిబ్బంది అంతా బీచ్ వద్ద జమ అవుతారు. సర్ఫ్ జోన్ దాటి తీరం వెంబడి కొన్ని మైళ్లు దూరం పడవ నడుపుకుంటూ వెళ్లాలి –

శీతాకాలంలో సాండియాగో తీరం లో వచ్చే అలల నురుగు/ ఎనిమిది నుంచి పది అడుగుల ఎత్తు పైకి లేస్తూ ఉంటుంది. అలాంటి నురుగులోంచి దూసుకు వెళ్లాలంటే ఒక్కరి వల్ల కాదు. అందరూ పడవ నడపడంలో పాలు పంచుకుంటూనే అంత దూరం వెళ్లటం సాధ్యపడుతుంది. ప్రతీ వాళ్లూ ప్యాడిల్ మీద కాళ్లు వేసి తొక్కుతుంటూ వెళ్ళితేనే, సరంబు నడిపే సమయానికి కాళ్లతో ప్యాడిల్ తొక్కేలా ఏకీకృతం అయితేనే పడవ ముందుకు సాగుతుంది. అందరూ సమానమైన శక్తితో ప్యాడిల్ తొక్కితేనే, అలలను దాటుకుని పడవ ముందుకు సాగుతుంది. లేదంటే అలల ధాటికి పడవ ముందుకు వెళ్లడానికి బదులు వెనక్కి నెట్టివేయబడుతుంది. బీచ్ వైపు –

బీచ్ నుంచి బయల్దేరిన పడవ గమ్యానికి చేరాలంటే, ప్రతీ ఒక్కరూ ప్యాడిల్ చెయ్యాల్సిందే –

మీరు ప్రపంచాన్ని ఒక్కరే మార్చలేరు. మీకు సాయం అవసరం అవుతుంది. మీరు ప్రారంభ స్థానం నుంచి గమ్యానికి చేరాలంటే మీకు ఎంతో మంది స్నేహితులు, సహోద్యోగులు కొత్తవారు, ఓ మంచి పడవ నడిపే సారధి అందరూ కావాలి.

మీరు ప్రపంచాన్ని మార్చాలంటే, మీకు ప్యాడిల్ చేసే వారు కావాలి. అదే. పడవ నడిపే తోడు కావాలి –

కొన్ని వారాల కఠిన శిక్షణ తర్వాత 150 మందితో ప్రారంభమైన నా సీల్ క్లాస్ లో కేవలం 42 మందే మిగిలారు. ఇప్పుడు ఆరు పడవల్లో బయల్దేరాం. ఒక్కో పడవలో ఏడుగురున్నారు. నేనున్న పడవలో అందరూ పొడగరులే. కానీ, అక్కడ ఉన్న పడవల్లో అన్నింటికంటే ఉత్తమమైన నావికుల్లో అందరూ పొట్టి వాళ్లే ఉండటం గమనార్హం. అందులో ఎవరూ ఐదు

అడుగులకు మించి పొడుగు లేరు. మేం దానికి "ముంచికిన్ మూర్తులు" అనే ముద్దుపేరు కూడా పెట్టుకున్నాం –

ముంచికిన్ పడవలోని సిబ్బందిలో ఒకరు అమెరికన్ ఇండియన్. మరొకరు ఆఫ్రికన్ అమెరికన్ . ఇంకో అతను పోలిష్ అమెరికన్, ఇంకా. గ్రీక్ అమెరికన్, ఇటాలియన్ అమెరికన్ ఇద్దరూ. మధ్య పశ్చిమం కుర్రాళ్లు కూడా ఉన్నారు. వాళ్లు మిగతా పడవల సిబ్బందితో పోటీ పడి, వేగంగా ప్యాడిల్ చేశారు. వేగంగా ముందుకు దూసుకెళ్లి పోయారు. మిగతా వారి కన్నా వేగంగా ఈదేశారు.

మిగతా పడవల్లో పొడుగు విద్యార్థులంతా ఈ పొట్టి కన్నయ్యలను సరదాగా ఆట పట్టించడం కూడా మాకు మంచి వినోదాన్ని చేకూర్చింది. ప్రతీ సారీ ఈత మొదలు పెట్టే సమయంలో మా పొట్టి స్నేహితులు చిట్టి చిట్టి బూట్లూ ధరించి తమ తమ బుజ్జి బుజ్జి కాళ్లు ముందుకు పెట్టి తీరంలో ఈత మొదలు పెట్టినప్పుడల్లా అందరం నవ్వుకునే వాళ్లం.

కానీ, మా అంచనాలకి విరుద్ధంగా ఒకరకంగా చెప్పాలంటే అంచనాలని తలదన్ని మరీ దూసుకుని ముందుకెళ్లారు. వాళ్లల్లో ప్రపంచ నలుమూలల నుంచీ వచ్చిన వాళ్లూ, అన్ని జాతుల వాళ్లూ ఉన్నారు. అందరికంటే ముందే గమ్య తీరం చేరారు వాళ్లు.

సీల్ శిక్షణ అనేది ఓ గొప్ప సమాన కారి. అందర్నీ సమం చేస్తుంది. వారు ఎవరైనా, అక్కడ గెలవాలన్న సాధించాలన్న తపన, లక్ష్యసిద్ధి ఒక్కటే ముఖ్యం. మీ జాతి, రంగు, చదువు, సాంఘిక స్థితి, ఇవేవీ అక్కరకు రావు. పనికిరావు.

ప్రపంచాన్ని మార్చదల్చుకుంటే, ఒక వ్యక్తి గుండె ఎంత పరిమాణంలో ఉందో గమనించండి, అతడి ఈత బూట్లను చూడకండి –

వారంలో చాలా సార్లు మా శిక్షకులు క్లాస్ లో అందరినీ వరుసగా నుంచో బెట్టి, యూనిఫామ్ ఇన్స్ పెక్షన్ చేసేవారు. చాలా పక్కాగా, పద్ధతిగా ఉండేది. ఆ తనిఖీ కార్యక్రమం అప్పుడు మేం ధరించే హ్యాట్ లేదా టోపీ చక్కగా గంజి పెట్టి ఇస్త్రీ చేసినదై ఉండాలి. యూనిఫామ్ చక్కగా ఇస్త్రీ చేసి, ముడతలు అనేవి లేకుండా ఉండాలి. బెల్ట్ బకుల్ తళతళ మెరుస్తూ ఉండాలి. మరకలూ, మచ్చలూ ఏవీ దాని మీద ఉండకూడదు.

కానీ మేం ఎంత జాగ్రత్తలు తీసుకున్నా, ఎంత చక్కగా నీట్ గా డ్రెస్ ధరించి వచ్చినా అది తనిఖీ చేసిన శిక్షకులు మెచ్చుకునే వారు కాదు. ఏదో ఒక "తప్పు" వెతకటానికి లేదా పట్టుకోవటానికి ప్రయత్నించేవారు.

యూనిఫామ్ ఇన్స్ పెక్షన్ లో 'ఫెయిల్' అయినందుకు గాను ఓ విద్యార్థి వళ్లంతా బట్టలు ధరించి పరుగెత్తాల్సి వచ్చేది శిక్షలాగా సర్ఫ్ జోన్ లోకి పరుగెత్తాలి. అక్కడ పూర్తిగా నఖశిఖ పర్యంతం తడిసిపోయిన తర్వాత బీచ్ లో దొర్లాలి. ఎంత వరకూ దొర్లాలి అంటే దేహంలోని ప్రతీ అణువు అణువు ఇసుక రేణువులతో నిండి పోవాలి లేదా అంటుకు పోవాలి. దాన్నే "సుగర్ కుకీ" అని పిల్చేవారు. రోజంతా అలా తడిసిన యూనిఫామ్ లోనే గడపాలి. అదే శిక్ష. ఫెయిల్ అయిన విద్యార్థులకి.

మా తోటి విద్యార్థుల్లో తాము పరాజయం పాలు అయ్యామని కానీ, శిక్షణలో ఫెయిల్ అయ్యామని కానీ అంగీకరించటానికి చాలా మంది సిద్ధంగా ఉండేవారు కాదు. పాపం వాళ్లు ఎంతో కష్టపడి, ఎంతో నీట్ గా యూనిఫామ్ ధరించి వచ్చినా దాన్ని ఎవ్వరూ గుర్తించే వారు కాదు. అందువల్ల వాళ్లు శిక్షణలో ఉత్తీర్ణులు కాలేక పోయేవారు. వారికి డ్రిల్ ఎందుకు చేయిస్తున్నారో అర్థం అయ్యేదికాదు. వాళ్లు పర్ ఫెక్ట్ అంటే లోపాలు లేని యూనిఫామ్ ధరించటంలో ఫెయిల్ అయ్యేవారు.

మీరు జీవితంలో ఎంత బాగా కష్టపడ్డా లేదా ఎంత బాగా ప్రయత్నించినా, మీరు జయం సాధించలేరు. ఓ 'సుగర్ కుకీ'. అంటే – 'ముద్దపప్పు' గానే మిగిలిపోతారు.

మీరు గనక ప్రపంచాన్ని మార్చాలనుకుంటే, 'ముద్దపప్పు' గానో, 'సుగర్ కుకీ' గానో మిగిలిపోకండి. అందులోంచి బైటపడి. జీవితంలో ముందుకు సాగండి.

సీల్ శిక్షణాకాలంలో చాలా శారీరక కసరత్తులు చేయాల్సి వచ్చేది. ఎక్కువ దూరాలు పరుగెత్తటం, ఎక్కువ దూరం సముద్రంలో ఈదటం, అవరోధాల మీద నుంచీ దూకటం, గంటల తరబడి దేహ ధారుఢ్య వ్యాయామాలు చేయటం. మీ శారీరక దారుఢ్యం లేదా సత్తువకి అతి కఠినమైన పరీక్షలు ఉండేవి.

ప్రతీ ఈవెంట్ కీ కొన్ని ప్రమాణాలు నిర్దేశించబడి ఉండేవి. అంటే నిర్ధారిత సమయంలోనే ఓ పనిని పూర్తి చేయడం లాంటిది. ఆ ప్రమాణాలను అందుకోలేక పోతే, మన పేరు ఓ జాబితాలో చేర్చేవారు. ఆ జాబితాలో పేర్లున్న వాళ్లందర్నీ ఓ సర్కస్ కి ఆహ్వానించేవారు. ఇక్కడ సర్కస్ అంటే రెండు గంటల పాటు అదనంగా శారీరక దారుఢ్య పరీక్షలు లేదా కసరత్తులు చేయాల్సి ఉంటుంది. దాన్ని చేయడం వల్ల మీరు పూర్తిగా అలిసి పోతారు. నిస్సత్తువ ఆవహిస్తుంది. మానసికంగా దెబ్బతింటారు. మీరు శిక్షణా కార్యక్రమం నుంచి వైదొలగాలని లేదా నిష్క్రమించాలనీ నిర్ణయం తీసుకునే వరకూ వెళ్లిపోతారు.

ఈ సర్కస్ లోకి రావడానికి ఎవ్వరికీ ఇష్టం ఉండేదికాదు. ఒక రోజు 'సర్కస్' లోకి మన పేరు ఉందంటే. ఆనాడు మనము దేనికీ పనికి రాము

అని. అంతేకాదు. ఇంకా ఎక్కువ అలసట, అంటే మర్నాడు మరింత కష్టం. మరికొన్ని 'సర్కస్' లు !

కానీ 'సీల్' శిక్షణా కార్యక్రమంలో ప్రతీ ఒక్కరూ, ప్రతి ఒక్కరూ కూడా ఆ సర్కస్ జాబితాలో ఎప్పుడో ఒకసారి చేరిన వారే. తరచుగా ఆ జాబితాలో చేరిన వారికి కొన్ని ఆసక్తికరమైన అనుభవాలు కూడా చోటు చేసుకున్నాయి. ఈ సర్కస్ లో అదనంగా రెండు గంటల పాటు దేహధారుధ్య కసరత్తులు చేసిన శిక్షణార్థులు లేదా విద్యార్థులు. మరింత బలంగా ఆత్మవిశ్వాసం ఉన్నవాళ్లుగా తయారయ్యారు – 'సర్కస్' జాబితా లో చేరినందువల్ల కలిగిన శ్రమ, అలసట వారిని మరింత దృఢంగా పట్టుదల గల మనుషులుగా తయారు చేసింది –

జీవితం నిండా ఎన్నో సర్కస్ లు ఉన్నాయి. మనం ఒక్కోసారి వైఫల్యం చెందవచ్చు లేదా పరాజయం పాలు కావచ్చు. అది తరచుగా కూడా జరగవచ్చు. జరుగుతుంది కూడా. అది బాధాకరమైన విషయమే. మనల్ని నిరుత్సాహ పరుస్తుంది. మీ అస్తిత్వాన్నే లేదా ఉనికినే ప్రశ్నించేంతగా మీకు అది పరీక్ష పెడుతుంది.

ప్రపంచాన్ని మార్చాలనుకుంటే, సర్కస్ లకు భయపడకండి.

వారానికి కనీసం రెండు సార్లు. శిక్షణార్థులు అవరోధాలను దూకే కార్యక్రమంలో పాలు పంచుకోవాల్సి ఉంటుంది. ఈ అవరోధాలు దూకే శిక్షణా కార్యక్రమంలో ఇరవైఐదు అవరోధాలుంటాయి. అందులో ఒకటి పది అడుగుల ఎత్తున్న గోడ, ముప్పై అడుగుల పొడుగున్న కార్గో, తీగలున్న కంచె మీద ప్రాకుతూ వెళ్లటం, ఇలాంటివి చాలా ఉన్నాయి.

వీటన్నింటిలోకి అత్యంత కష్టమైనదీ ప్రాణానికి ప్రమాదం లాంటిది పెను సవాల్ తో కూడినదీ – "స్లైడ్ ఫర్ లైఫ్" అనే పరీక్ష. ఇందులో మూడు అంతస్తుల ముప్పై అడుగుల ఎత్తున్న టవర్ లేదా స్తంభం ఒక వైపు ఉంటుంది. ఇంకో వైపు ఒక అడుగు ఎత్తున్న టవర్ ఉంటుంది. మధ్యలో వంద అడుగుల పెద్ద తాడు అనుసంధానంగా ఉంటుంది.

ఈ మూడు అంతస్తుల స్తంభాన్ని పైకి ఎక్కాల్సి ఉండేది. పై వరకూ ఎక్కిన తర్వాత త్రాడు పట్టుకుని దాన్ని పట్టుకుని క్రిందికి వేళ్లాడాలి. ఒక చేతి లోంచి మరో చేతికి ఆ త్రాడును మార్చుకుంటూ రెండో వైపుకి చేరాలి. నేను 1977 లో శిక్షణలో చేరే సమయానికి ఓ రికార్డు ఉండేది. ఆ రికార్డుని ఎవ్వరూ అధిగమించలేరు అని భావించేవారు. ఒకరోజు ఓ విద్యార్థి అదే శిక్షణార్థి, తలక్రిందులుగా ఆ త్రాడు పట్టుకుని దిగాలని నిశ్చయించుకున్నాడు "స్లైడ్ ఫర్ లైఫ్" పరీక్షలో భాగంగా .

అతను తాడు క్రిందికి పట్టుకుని దూకడానికి బదులు త్రాడు మీద పైకి ఎక్కాడు. అక్కడ నుంచి ముందుకు దూకాడు. అది చాలా ప్రమాదకరమైన విషయం. ప్రాణాలతో చెలగాటం అని అతనికి తెలుసు. ఓ రకంగా మూర్ఖత్వం కూడా. అందులో గనక విఫలం అయితే, శిక్షణలో నుంచి అతనిని తొలగించేస్తారు. గాయాలు కూడా భయంకరంగా తగులుతాయి. ఆ విద్యార్థి ఎంత మాత్రం వెనుకాడకుండా తాడు మీద నుంచి వేగంగా క్రిందికి దూకసాగాడు. చాలా వేగంగా క్రిందికి వెళ్లిపోతున్నాడు. అతనికి మామూలుగా పట్టిన సమయం కన్నా చాలా తక్కువ సమయం పట్టింది. మామూలుగా కొన్ని నిమిషాలు పట్టేది అతనికి కేవలం సగం సమయం మాత్రమే పట్టింది. శిక్షణాలకాలం పూర్తి అయ్యే సమయానికి ఆ విద్యార్థి అంతకు ముందున్న రికార్డును బద్దలు కొట్టాడు.

మీరు ప్రపంచాన్ని మార్చాలనుకుంటే, అవరోధాలు దూకేటప్పుడు మీరు తలక్రిందులుగా వేళ్లాడాల్సివస్తుంది .

నేల మీద యుద్ధానికి సంబంధించిన శిక్షణా కార్యక్రమంలో, శిక్షణార్థులందరినీ సాన్ క్లెమెంట్ దీవికి తీసుకు వెళ్లేవారు. అది సాండియాగో తీరానికి దగ్గర్లో ఉంది. ఆ తీర ప్రాంతం జలాల్లో తెల్ల సొరచేపలు ఎక్కువగా ఉంటాయని ప్రసిద్ధి. సీల్ శిక్షణలో ఉత్తీర్ణులు కావాలంటే అక్కడి తీర జలాల్లో సుదూర ప్రాంతాలు ఈదాల్సి ఉంటుంది. అలా పాల్గొనే ఈతల్లో ఒకటి రాత్రి పూట ఈత కూడా ఉంది.

ఈ ఈతల కార్యక్రమం మొదలు పెట్టే ముందే శిక్షకులు. శిక్షణార్థులకు సాండియాగో తీరంలోని తెల్ల సొరచేపల్లోని రకరకాల జాతుల గురించి ఆనందంగా, కూలంకషంగా వివరించేవారు. అయితే, వాళ్లు ఓ విషయంలో విద్యార్థులకు భరోసా ఇచ్చేవారు. ఇంతవరకూ ఏ విద్యార్థీ సొరచేపల బారిన పడి మరణించలేదనీ, అదే సొరచేపలు, ఇంతవరకూ ఏ విద్యార్థినీ చంపి తినలేదని. మరీ ముఖ్యంగా ఈ మధ్యకాలంలో, అలాంటిదేం జరగలేదని నొక్కి మరీ చెప్పేవారు.

కానీ శిక్షకులు ఇంకో విషయం కూడా విద్యార్థులకు ముఖ్యంగా బోధించేవారు. ఓ సొరచేప మిమ్మల్ని గనక చుట్టుముడితే మీరు నీళ్లో ఎక్కడికీ కదలకుండా. స్థిరంగా అక్కడే ఉండిపోవాలని. భయపడి అవతలకు ఈదుకుంటూ వెళ్లకూడదు. మనం భయపడినట్లు ఆ సొరచేపలు పసికట్టకుండా జాగ్రత్త పడాలి. ఒకవేళ ఏదైనా సొరచేప బాగా ఆకలిగొని ఉన్నట్లయితే, మీ వైపు దూసుకొచ్చిందే అనుకోండి. మీ శక్తియుక్తులనీ కూడగట్టుకుని దాన్ని ముట్టి మీద ఓ పిడిగుద్దు బలంగా

గుద్దమని చెప్పేవారు శిక్షకులు. అది వెనక్కి తగ్గి, ఈదుకుంటూ అవతలకి వెళ్లిపోతుంది.

ఈ ప్రపంచంలో కూడా చాలా సొరచేపల్లాంటి వ్యక్తులుంటారు. మీరు ఈ ప్రపంచంలో విజయవంతంగా ఈదుకు రావాలంటే వాళ్లని జయించుకురావాలి. వాళ్లతో నెగ్గుకు రావాలి.

మీరు ప్రపంచాన్ని మార్చాలంటే, సొరచేపలని చూసి భయపడకండి.

మా నావికా సీల్ శిక్షణా కార్యక్రమంలో మరో ముఖ్యమైన అంశం. నీళ్లల్లోపల శత్రు నౌకల మీద దాడి చేయడం ఎలాగో నేర్చుకోవటం. ఇందులో భాగంగా ఇద్దరు సీల్ ఈత గాళ్లని శత్రువు యొక్క నౌక కేంద్రం దగ్గరి జలాల్లో వదిలిపెట్టారు. వాళ్లు అక్కడ్నించి రెండు మైళ్లు ఈదుకుంటూ నీళ్లలోపలే వెళ్లాలి. వాళ్ల దగ్గర వేరే ఆయుధాలేవుండవు. నీళ్లలోతు తెలిపే పరికరం ఒకటీ, కంపాస్ తప్ప.

ఈ ఈత కార్యక్రమంలో, ఉపరితల జలాల క్రింద కొంత కొంత కాంతి ఉంటుంది. మన పైభాగంలో ఇంకా నీళ్లున్నాయి అన్న భావన శిక్షణార్థులకి ఊరటనిస్తుంది. కానీ మీరు శత్రునౌకకి దగ్గర అయ్యేకొద్దీ ఆ కాంతి మందగించడం ప్రారంభిస్తుంది. నౌక స్టీల్ తో నిర్మించబడి ఉండటం వల్ల వెన్నెల అక్కడ ప్రసరించకుండా అడ్డుకుంటుంది. చుట్టుపక్కల ఉండే వీధి దీపాల కాంతి కూడా ప్రసరించదు. సమీపంలో ఏ కాంతీ అక్కడకి చేరదు.

మీ పనిలో మీరు విజయం సాధించాలంటే మీరు నౌక క్రిందగా ఈదుకుంటూ వెళ్లాలి. వెళ్లి దాని అడుగు ఎక్కడుందో కనుక్కోవాలి. అదే మీ లక్ష్యం. కానీ ఓడ లేదా నౌక మొత్తంలో అత్యంత చీకటి ప్రదేశం. నౌక

అడుగు భాగమే. మీ ముఖం ముందే ఉన్న మీ చెయ్యి కూడా మీకు కన్పించనంతటి కారుచీకటి అక్కడ ఆవరించి ఉంటుంది. అక్కడే నౌకలో ఉండే యంత్రాల శబ్దం కూడా భయంకరంగా ఉంటుంది. చెప్పాలంటే చెవులు చిల్లులు పడేంత శబ్దం. ఆ సమయంలో మనం మన పని పూర్తి చేయటం చాలా కష్టం ఏమీ కన్పించదు. విన్పించదు. మనం వైఫల్యం చెందడానికి ఆస్కారం ఎక్కువ.

సీల్ శిక్షణా కార్యక్రమంలో పాల్గొనే ప్రతీ విద్యార్థికీ తెలుసు. నౌక అడుగు భాగమే అత్యంత అంధకార బంధురమైన ఘడియలు గడిపే సమయం. అప్పుడే వీలైనంత ప్రశాంత చిత్తంతో ఉండాలి. సంయమనం కోల్పోకూడదు. మీ వ్యూహాత్మక శక్తియుక్తులన్నీ కూడ గట్టుకోవల్సిన సమయం శారీరక శక్తులన్నీ, మీ అంతర్గత శక్తులన్నీ బయటకు తీయాల్సిన తరుణం అది.

ఈ ప్రపంచాన్ని మార్చాలనుకుంటే, మీ చీకటి ఘడియల్లోనే మీరు అత్యంత ధైర్యవంతులుగా, ఉత్తములుగా ప్రవర్తించాల్సి ఉంటుంది.

సీల్ శిక్షణా కార్యక్రమంలో తొమ్మిదో వారాన్ని 'నరకవారం' గా వ్యవహరిస్తారు. ఆరు రోజుల పాటు నిద్ర అనేది ఉండదు. ఆ ఆరురోజులూ, అనుక్షణం భౌతికంగా మానసికంగా చిత్ర వధని అనుభవించాల్సి ఉంటుంది. అందులో ఒక రోజు బురద గుడిసెల దగ్గర గడపాల్సి ఉంటుంది. బురద గుడిసెలు సాండియాగోకి, టిజువానాకి మధ్యలో ఉంటాయి. అక్కడి నీళ్లు ప్రవహించీ ప్రవహించీ అంతా చిత్తడిచిత్తడిగా బురదగా ఉంటుంది. అంతా బురదమయం. పంక పరివలయం ఆ ప్రాంతం అంతా.

నరకవారంలో బుధవారం రోజున బురద గుడిసెల దగ్గర్నుంచీ ఈదుకుంటూ రావాల్సి ఉంటుంది. ఓ పదిహేను గంటల పాటు ఆ చల్లటి బురదలో గడపాలి. చుట్టూ సుడిగాలి హోరు చెవులకి చిల్లులు పడేలా ఉంటుంది. ఓ పక్క నుంచి మీ శిక్షకులు మిమ్మల్ని శిక్షణ నుంచి వైదొలగమని, పక్కకు తప్పుకోవాలని ఒకటే పోరు పెడుతూ ఉంటారు.

ఆ రోజు బుధవారం సాయంత్రం. సూర్యుడు పశ్చిమ కనుమలలోకి జారుకుంటున్నాడు నెమ్మదిగా. నా శిక్షణా తరగతి ఆ బురద గుడిసెల్లో పెట్టాలని ఆదేశాలు వచ్చాయి. ఆ తరగతిలో దారుణమైన నియమాల ఉల్లంఘన జరిగింది. ఆ బురదలో మేమందరం పూర్తిగా కూరుకుపోయాము. ఒక్క తలభాగం తప్ప ఇంకేమీ కనబడనంతగా బురద వంటినిండా అంటుకుపోయింది. శిక్షణార్థులలో అయిదుగురు గనక ఆ శిక్షణలోంచి పక్కకు తప్పుకుంటే మేం మిగతావాళ్లం. ఆ బురదలోంచి బయటకు వచ్చేయవచ్చు అని మా శిక్షకులు మాకు చెప్పారు. ఎముకలు కొరికే చలి నుంచి కూడా విముక్తి పొందవచ్చు.

ఆ బురద కూపంలోంచి నేను చుట్టూ చూశాను. అక్కడున్న సీల్ విద్యార్థుల్లో కొంతమంది శిక్షణ నుంచి పక్కకు తప్పుకోవాలని అనుకుంటున్నట్లు నాకు అన్పించింది. సూర్యుడు ఉదయించడానికి ఇంకా ఎనిమిది గంటల సమయం ఉంది. అంటే ఇంకో ఎనిమిది గంటలపాటు ఆ ఎముకలు కొరికే చలిలోనే జాగరణ చేయాలన్నమాట! ఆ చలికి నరాలు జివ్వుమంటున్నాయి. పై వరుస పళ్లు. కింది వరుస పళ్లు ఆ చలికి టకటకా కొట్టుకుంటున్నాయి. శిక్షణార్థులందరూ గజగజ వణికించే చలికి తట్టుకోలేక పెద్దగా అరుస్తున్నారు. ఆ గావు కేకలు ఎంత బిగ్గరగా ఉన్నాయంటే ఇంకేమీ వినబడట్లేదు. అంత చలిలో ఉన్నట్టుండి ఓ స్వరం పైకి లేచింది. పాట పాడటం మొదలు పెట్టింది. ఆ పాటకి బాణీ గానీ,

శ్రుతి, లయ ఏమీ లేవు. కానీ ఆ పాడే వాళ్లెవరో బాగా ఉత్సాహంతో పాడుతున్నట్లు తెలుస్తూనే ఉంది. ఇంతలోనే ఇంకొకరు ఆ స్వరం తో జత కలిపారు. ఒకరు, ఇద్దరు ఇలా అందరూ కలిసి పాడటం మొదలు పెట్టారు. మొత్తం తరగతి శిక్షణార్థులంతా పాడుతున్నారు.

ఒక్కడు గనక కష్టాన్ని తట్టుకుని, నిభాయించుకుని నిలబడితే, మిగతా వాళ్లందరూ కూడా అలా నిలబడగలరని మాకు తెలుసు. మేం అలాగే పాడుతూనే ఉంటే మేం. ఇంకా చాలా సేపు బురదలోనే గడపాల్సి వస్తుందని మా శిక్షకులు మమ్మల్ని బెదిరించారు. కానీ ఎవ్వరూ పాడటం ఆపలేదు. ఇప్పుడు బురద మాకు వెచ్చగా అన్పించటం ప్రారంభించింది. ఇంతకు ముందుతో పోలిస్తే గాలి కూడా అలా అలవోకగా వీస్తున్నట్లు అన్పించసాగింది. సూర్యోదయం ఎంతో దూరంలో లేనట్లు అన్పించింది.

ప్రపంచం చుట్టూ ప్రయాణించిన నేను ఏదైనా నేర్చుకున్నాను అంటే. అది ఇదే. ఆశ కోల్పోకూడదు అని. దాని కుండే శక్తి ఒక వ్యక్తి కుండే బలం లేదా శక్తి. ఆ వ్యక్తి ఎవరైనా కావచ్చు. ఓ వాషింగ్టన్, ఓ లింకన్, ఓ కింగ్, ఓ మండేలా లేదా పాకిస్తాన్ కి చెందిన యువతి మలాలా కావచ్చు. ఒక్క వ్యక్తే ప్రపంచాన్ని మార్చేయచ్చు. జనాలలో ఆశలు రేకెత్తించాలి. అంతే. అందరూ వారినే అనుసరించటం మొదలుపెట్టారు.

మీరు గనక ప్రపంచాన్ని మార్చాలనుకుంటే, మీరు పీకల్లోతు బురదలో కూరుకుపోయి ఉన్నా సరే పాడటం మొదలు పెట్టండి.

చివరగా, ఇంకొక్క విషయం. సీల్ శిక్షణా తరగతుల్లో ఓ పెద్ద ఇత్తడి గంట ఉంటుంది. అది సరిగ్గా కాంపౌండ్ మధ్యలో ఉంటుంది. వేళ్లాడుతూ ఉంటుంది. అందరు విద్యార్థులు దానిని చూడండి. మీరు శిక్షణ నుంచి

వైదొలగాలి అంటే. ఆ గంట మ్రోగిస్తే చాలు. ఆ గంట మ్రోగిస్తే మీరు పొద్దున్నే నిద్ర లేవాల్సిన అవసరం ఉండదు. గంట మోగిస్తే చాలు. మీరు పొద్దున గడ్డకట్టే చలిలో ఈతల్లో పాల్గొనాల్సిన అవసరం లేదు. మీరు పరుగెత్తనక్కర్లేదు. అవరోధాల మీద నుంచి దూకనక్కర్లేదు. శారీరక వ్యాయామాలు, కసరత్తులు చేయనక్కర్లేదు. శిక్షణా కాలం. కష్టాలు ఏవీ పడనక్కర్లేదు. గంట మోగించండి. చాలు.

ప్రపంచాన్ని మార్చాలనుకుంటే, ఎన్నడూ గంట కొట్టకండి .

2014 లో స్నాతకోత్తర క్లాస్. ఇంకొన్ని క్షణాల్లో పట్టా చేతికి వస్తుంది. విశాల ప్రపంచంలోకి అడుగులు పెట్టడానికి ఇంకొన్ని క్షణాలే. జీవిత చక్రం మలుపు తిరిగే రోజు. ప్రపంచాన్ని మార్చడానికి నడుం బిగించే రోజు, ప్రపంచాన్ని మంచి వైపు నడిపించటానికి ప్రారంభం చేసే క్షణాలు కొన్నే. అది అంత సులభం కాదనుకోండి.

ప్రతిరోజు ఒక పనిని నిర్దేశించుకుని దానిని పూర్తి చేయండి. జీవితంలో ఎవరో ఒకరిది సాయం తీసుకోండి. అలాంటి వారి కోసం వెతకండి. వారి ఆసరాతో అడుగు ముందుకేయండి. ప్రతీ ఒక్కరినీ గౌరవించండి. జీవితం అంటే పూలపాన్పు కాదు అని గ్రహించండి. జీవితం ఎప్పుడూ మనకు అనుకూలంగా, ధర్మంగానే ఉంటుందని కూడా భావించకండి. చాలా సార్లు మనం పరాజయాల పాలు కావచ్చు. కొన్ని పరీక్షల్లో ఉత్తీర్ణులు కాలేకపోవచ్చు.

కానీ మీరు కొంచెం సాహసిస్తే, కష్టనష్టాలకు సిద్ధపడితే, కష్టాలు ఎదురైనప్పుడే ధైర్యంతో అడుగు ముందుకేయండి. మిమ్మల్ని బెదిరించే వాళ్లు, భయపెట్టే వాళ్లకు ఎదురుగా నిలబడండి, ఎదుర్కోండి. అణగారిన వారికి చేయూతనివ్వండి. వారిని పైకి లేపండి. ఎన్నడూ ఆశను వదులుకోవద్దు. అంత తేలిగ్గా పరాజయాన్ని అంగీకరించవద్దు.

మీరు ఇలా గనుక చేస్తే తర్వాత తరం వాళ్లూ, ఆ తర్వాత తరాల వాళ్లూ ఓ మంచి ప్రపంచంలో నివసించడానికి మీరు అవకాశం కల్పించిన వాళ్లు అవుతారు. మీ దగ్గర మొదలైన ఈ మార్పు, ప్రపంచాన్నే మార్చేస్తుంది. మంచిగా మారుస్తుంది. ధన్యవాదాలు. అలాగే ముందుకు సాగండి.

స్వస్తి.

కృతజ్ఞతలు

మా ఎడిటర్ జేమీరాఖ్ కి ధన్యవాదాలు. ఆమె మొక్కవోని సహనానికీ, సమయస్ఫూర్తికీ నా వందనాలు. జేమీ – నువ్వు ఓ అద్భుతమైన పుస్తకానికి రూపకల్పన చేశావు. అది పది కాలాలపాటు పాఠకుల హృదయాల్లో నిలబడి, కాలంపెట్టే పరీక్షకి తట్టుకుంటుందని నా విశ్వాసం. ఈ పుస్తకంలో తమ పేర్లు ఉల్లేఖించడానికి అంగీకరించిన మిత్రులందరికీ పేరు పేరునా ధన్యవాదాలు. ఎన్ని కష్టాలు జీవితంలో ఎదురైనా... ధైర్యంగా వాటిని ఎదుర్కొని నిలబడ్డ మీ మనోనిబ్బరమే నాకు స్ఫూర్తి. అది మీకు మాటల్లో చెప్పలేను.

రచయిత గురించి

అడ్మిరల్ విలియమ్ హెజ్.మక్రావెన్ (అమెరికన్ నావికాదళంలో పదవీ విరమణ చేశారు) ''న్యూయార్క్ టైమ్స్'' వారు ప్రచురించిన అనేక అద్భుత పుస్తకాలు రాశారు. వాటిల్లో ''మేక్ యువర్ బెడ్'', ''సీ స్టోరీస్... హైలైఫ్ ఇన్ స్పెషల్ ఆపరేషన్స్'', ''ది హీరో కోడ్: లెసన్స్ లెర్న్ డ్ ఫ్రమ్ లైవ్స్ వెల్ లివ్డ్'' అనేవి ప్రముఖమైనవి... అమెరికన్ నావికాదళంలోని ప్రత్యేక విభాగం ''సీల్'' లో ఆయన 37 సంవత్సరాలు వివిధ స్థాయిలలో పనిచేశారు. ఆయన ప్రతిభకు గుర్తింపుగా ఆయనకు ఓ సైనికాధికారిగా నాలుగు నక్షత్రాలు కూడా అలంకారాలుగా లభించాయి. అడ్మిరల్ స్థాయి వరకూ ఎదిగిన ఆయన అమెరికా ప్రత్యేక దళాల అధికారిగా వృత్తి జీవితంలో చివరిసారిగా పనిచేశారు. నావికాదళం నుంచి పదవీవిరమణ పొందిన తర్వాత, 2015 నుండి 2018 వరకూ యూనివర్సిటీ ఆఫ్ టెక్సాస్ సిస్టమ్ కి ఛాన్స్ లర్గా వ్యవహరించారు. ప్రస్తుతం అడ్మిరల్ మక్రావెన్... టెక్సాస్ లోని ఆస్టిన్లో నివసిస్తున్నారు. వారి శ్రీమతి జార్జ్ ఆన్ కూడా ఆస్టిన్ లోనే ఆయనతో పాటు నివసిస్తున్నారు.